குருதி ஆட்டம்

குருதி ஆட்டம்

வேல ராமமூர்த்தி

டிஸ்கவரி புக் பேலஸ்

எண்: 9, பிளாட் எண்: 1080A, ரோஹிணி பிளாட்ஸ்
முனுசாமி சாலை, கே.கே.நகர் மேற்கு,
சென்னை – 600 078. பேச: 99404 46650

குருதி ஆட்டம் (நாவல்)
ஆசிரியர்: **வேல ராமமூர்த்தி**©

KURUTHI ATTAM (NOVEL)
Author: **Vela Ramamoorthi**©

1st Edition: Jan-2019; 4th Edition: Jan-2023

வெளியீட்டு எண்: 0091

ISBN: 978-93-86555-81-6

Pages: 120

Rs. 150

Printed: Ramani Print Solutions, Chennai - 5

Publisher • *Sales Rights*

Discovery Publications	**Discovery Book Palace (P) Ltd**
No. 9, Plot,1080A,	No. 1055B, Munusamy Salai,
Rohini Flats,	K.K.Nagar West,
Munusamy Salai,	Chennai-600 078.
K.K.Nagar West,	Ph: (044) 4855 7525
Chennai - 600 078.	Mobile: +91 87545 07070
Mobile: +91 99404 46650	

discoverybookpalace@gmail.com
WWW.DISCOVERYBOOKPALACE.COM

இந்த நூலில் பிரசுரமாகியுள்ள எந்த ஒரு பகுதியையும் பதிப்பாளரின் எழுத்துபூர்வமான முன்அனுமதி பெறாமல் எடுத்தாள்வதோ, மறுபிரசுரம் செய்வதோ, மொழியாக்கம் செய்வதோ, அச்சு மற்றும் மின்னணு ஊடகங்களில் மறுபதிப்புச் செய்வதோ, காப்புரிமைச் சட்டப்படி தடை செய்யப்பட்டுள்ளது. இந்த நூலிலிருந்து குறிப்பிட்ட பகுதிகளை மேற்கோள்காட்டி புத்தக விமர்சனம் செய்ய, ஊடகங்களுக்கு மட்டும் அனுமதி உண்டு.

உங்கள் மொபைல் போனிலிருந்து ஸ்கேன் செய்து 'டிஸ்கவரி புக் பேலஸ்' மொபைல் ஆப்பை டவுன்லோடு செய்து, புத்தகங்களை வாங்குங்கள்.

சமர்ப்பணம்

எனது பேத்திகள்
வைஷ்ணவி
ராகா...வுக்கு

குருதிச் சடங்கு

ஆட்டம் எதுவானாலும் கவனமா ஆடணும். அதிலேயும் 'குருதி ஆட்டம்' ரெம்ப கவனமா ஆடணும். கரணம் தப்புனா, மரணம்தான்.

எத்தனையோ ஆட்டக்காரர்களை கண்டிருக்கிறது தமிழ் இலக்கியப் பரப்பு.

என் எழுத்தில் பல ஆட்டங்களை ஆடியவன் நான். நாற்பத்தைந்து ஆண்டுகள். நிறுத்தி, நிதானமாக ஆடிய ஆட்டங்கள் சொற்பமே.

'இந்து தமிழ்' நாளிதழில் 27 வாரங்கள் தொடராக வெளிவந்த, 'குருதி ஆட்டம்', 'ஜூனியர் விகடன்' இதழில் 61 அத்தியாயங்கள் வெளிவந்த, 'பட்டத்து யானை'யின் விட்ட குறை, தொட்ட குறை.

'பட்டத்து யானை'யை, 100 அத்தியாயங்கள் நடத்திக்கொண்டு போயிருக்க வேண்டும். சூழல் அனுமதிக்கவில்லை. அதிலும் நான் சினிமாவுக்குள் வந்தபின்னால், என் நேரம், என் கையில் இல்லை. முன்னேயும் பின்னேயும் இழுக்குது.

இந்தக் குருதி ஆட்டத்தையும் 50 வாரங்களுக்குமேல் நான் ஆடியிருக்க வேண்டியவன். 27 வாரங்களுக்குமேல் இழுக்க முடியவில்லை.

'குற்றப் பரம்பரை'யில் பேயாட்டம் போட்டவன், 'பட்டத்து யானை'யாய் பாதி, முக்கால்வாசிதான் ஆடினேன்.

என் ஒவ்வொரு சிறுகதையும் நாவலும் நான் ஆடும் ஆட்டங்களே. சிறுசோ, பெருசோ, கண்ணையும் மனதையும் கலங்கவைக்கணும்.

காதல் கதைகளையோ, துப்பறியும் கெட்டிக்காரத்தனத்தையோ, எழுதுபவன் அல்ல நான். புரிந்தும் புரியாத சூட்சுமத்தை உள்ளடக்கிய மேட்டுக்குடி கதைகளும் அல்ல. எளிய மக்களின் வாழ்க்கை நெருக்கடிகளை அவர்கள் மொழியில் பேசுபவை.

என் எழுத்துகள் எவையும் சமகால படையல்கள் அல்ல. நூறு, எழுபது, அறுபது வருடங்களுக்கு முந்தைய சேது நாட்டு மக்களைப் பற்றியவை. உறவுகளைப் பாதுகாத்த, நட்புக்கு உயிர்கொடுத்த, ஜாதிபேதம் பாராட்டாத, எதிரிகளை நேருக்குநேர் நின்று சாய்த்த, மானுடம் போற்றிய மக்களைப் பற்றியவை.

உலகாண்ட வெள்ளை வல்லாதிக்கப் பெரும்படைக்கு, கமுதி குண்டாற்றங்கரையிலும் சாயல்குடி பனங்காட்டிலும் மண்டபசாலை தோப்புக்குள்ளும் விளாத்திகுளம் வைப்பாற்று புதை மணலுக்குள்ளும் குருதிச் சடங்கு செய்தவன் 'பெருநாழி ரணசிங்கம்'. பீரங்கிகளால் வெல்ல முடியாத 'பெருநாழி ரணசிங்கம்', வெள்ளையனின் கைக்கூலியான உறவுக்காரன் வெட்டிவைத்த சதிக்குழிக்குள் வீழ்த்தப்படுகிறான்.

ரணசிங்கத்தின் நாலு வயது ஊமை மகன் துரைசிங்கமும், தங்கை மாயழகியும் கப்பலேற்றி நாடு கடத்தப்படுகிறார்கள். மலேசியக் காடுகளில் இறங்கும் ஊமையன் துரைசிங்கத்திற்கு, உஸ்தாத் அப்துற் றஹீம், வில், வேல், வாள் வித்தைகளைக் கற்பித்து மிருகம் ஆக்குகிறார்.

தகப்பனைக் கொன்ற சதிக்கு பழிதீர்க்க, தேசம் திரும்புகிறான் ஊமையன்.

ஆப்பநாட்டு காவல்தெய்வம் பெருநாழி ரணசிங்கத்தின் நிழலாய் இருந்த நாவிதன், இருட்டுக் கோடாங்கி 'தவசி'யும் தவசியின் மகள், காட்டுப் பூங்கொடி 'செவ்வந்தி'யும் காத்திருக்கிறார்கள் காட்டுக்குள்.

வந்திறங்கிய ஊமையன் துரைசிங்கம், வைக்கோல் பிறி சுற்றி ஆடிய ஆட்டமே, 'குருதி ஆட்டம்'.

'இந்து தமிழ்' நாளிதழில் தொடராக வெளிவந்த நாட்களில் மட்டுமல்ல; 'கூட்டாஞ்சோறு' படைத்த காலம்தொட்டு இன்றுவரை என் எழுத்துகள் களமாட தளம் தந்து ஆதரிக்கும் அன்பு நண்பர், 'இந்து' குழும ஆசிரியர் கே.அசோகன் அவர்களுக்கும், அருமை நண்பர் மானா பாஸ்கரன் அவர்களுக்கும், தொடரை அழகுபடுத்திய ஓவியர் ஷ்யாம் அவர்களுக்கும் என் நெஞ்சம் நிறைந்த நன்றி.

என் படைப்புகளை எல்லாம் அழகுற பதிப்பித்து, பூமிப் பந்தெங்கும் கொண்டுசேர்க்கும் அன்பு நண்பர் 'டிஸ்கவரி பப்ளிகேஷன்ஸ்' மு.வேடியப்பன் அவர்களுக்கு இதயம்கனிந்த நன்றி.

பேரன்புடன்

வேல ராமமூர்த்தி

மதுரை,
01.01.2019
irulappasamy21@gmail.com
96770 28003

இருட்டுக் கோடாங்கி

1

உச்சி ராத்திரி. உள்ளங்கை தெரியாத இருட்டு.

தவசியாண்டிக் கோடாங்கி அடிக்கிற அடியில் காடு கிழியுது!

'டுண்... டுண்ண்... டுண்...

டுண்... டுண்ண்... டுண்...'

ஆவேசம் அடங்காத அடி. லயம் தப்பினால் கோடாங்கித் தோல் கிழிந்துபோகும்.

வனாந்தரக் காற்று, பம்மிப் பதுங்குது. சுயராஜ்ஜியமாய் ஊர்ந்து, அலைந்து இரை தேடப் புறப்பட்ட காட்டு ஜீவராசிகள், கோடாங்கிச் சத்தத்தில் குலை நடுங்கி, பசியோடும் ஆத்திரத்தோடும் பொந்துகளுக்குள் சுருண்டு கிடக்கின்றன.

ஆளைக் கொல்லும் ஜந்துக்கள் எல்லாம் வாய் பொத்தி விழித்திருக்க, நீலக் கழுத்து மயில்கள், 'வெடுக்வெடுக்' என தலை சிலுப்பி, கோடாங்கிச் சத்தத்தையும் மீறி பெருங்குரலெடுத்து கத்துகின்றன.

குரங்குகள், அடி வயிற்றில் குட்டிகளை அணைத்துப் பல்லிளித்து கீச்சாட்டம் போடுகின்றன. மலை உயர மர உச்சியில் பிடி இழந்த தேவாங்கு, 'தொப்'என விழுந்து, உருளும் கண்களோடு அடி மரம் பிடித்து மேலேறுகிறது.

நட்சத்திரங்களற்ற கருப்பு வானம், பொறுப்பில்லாத தகப்பனாய் மல்லாந்து கிடக்கிறது.

பாறை இடுக்குகளில் கசிந்தோடி வரும் ஓடை நீர்ச் சலசலப்பில் முழங்கால் நனைய, கண் மூடி நிற்கிறான் தவசியாண்டி. இடுப்புக்கு மேல் வெற்றுடம்பு. அள்ளி முடிந்திருந்த கோடாலிக் கொண்டைமுடி அவிழ்ந்து, பிடறி மறைத்துத் துள்ளி ஆடுது. உடம்பெல்லாம் பூத்துப் பெருகும் வியர்வை, புட்டம் நனைத்து, கால் வழியே ஓடிக் கரையுது காட்டு நீராய். சாராய நாற்றமெடுக்கும் உதடுகளும் கன்னத்துச் சதையும் அபிநயிக்க, இமை திறவாமல் அடிக்கிறான் தவசியாண்டி.

“ம்... ம்ம்ஹ... ம்ம்...” செல்லச் சிணுங்கு சிணுங்கினாள்.

“என்னடீ... சிணுங்கலூ!” படுக்கையில் விலகிப் புரண்டவளை, எட்டிப் பிடித்தான் உடையப்பன்.

குழைந்தாள்.

‘க்ளுக்’கெனச் சிரித்தவன், “இங்கே பார்றா! நேத்து முந்தா நாளு தான்... சமஞ்ச குமரிமாதிரில்லே... கொணங்கிறா!” தோள் தொட்டு இழுத்தான்.

புரண்டு, உடையப்பனின் மார்பில் வந்து விழுந்தவள், இடது கை உள்ளங்கையால் உடையப்பனின் வழுக்கைத் தலையை தடவினாள்.

“இங்கே மட்டும் என்னவாம்? வாலிபம் துள்ளுதாக்கும்? வச்ச கையி, வழுக்கிட்டுப் போகுது!” பின் மண்டை வரை தடவினாள்.

சல்லாபக் கோபத்துடன் கடிக்க வந்தவனின் வாயைப் பொத்தி, “ச்சேய்! சாராய நாத்தம்... குடலை புடுங்குது!” நெளித்துச் சரசமாடினாள்.

“ஏன்டீ... என் வாய் மட்டும்தான் நாறுதாக்கும்? கத்தை கத்தையா... குடுப்பேனே. அந்தக் காசும் நாறுமே?”

“ஆமலூ... பெரிய காசு! ராவு முழுக்க முந்தி விரிச்சு முழுசா ஒப்படைச்சிட்டு, காலையிலே ரெண்டு காசுகளை கையேந்தி வாங்கிட்டுப் போற ஏனவாய்ச் சிறுக்கி... நான் ஒருத்தியாதான் இருப்பேன்!”

“என்னவாம்... இன்னைக்கு தெக்குப் பட்டிக்காரி இம்புட்டுக் கோபப்படுறா!”

உடையப்பனின் மார்புக்குள் மூச்சுக் காற்று பட பேசினாள். “ஒங்களுக்கு நான் ஒருத்திதான் ஓவியமா இருக்கேனாக்கும்? நித்தம் ஒரு பொண்டாட்டி! நெகர் இல்லாத மஹராசா!” மார்பில் செல்லக் குத்து குத்தினாள்.

‘டுண்... டுண்ண்... டுண்...’

வனக் கோடாங்கிச் சத்தம், நர உயிர்ப் பசியோடு, கொலை நாக்குகள் நீள, ஊருக்குள் நுழைந்து, உடையப்பனின் மாளிகையை துழாவுகிறது.

தெற்குப் பட்டிக்காரியின் கோபத்தை ரசித்து, முதுகு மறைத்துக் கிடந்த கூந்தலைக் கோதினான்.

கண்ணோரம் கசிய, “தனுஸ்கோடி கடலே கரையேறி வந்தாலும் அழியாத சொத்து... ஒங்க சொத்து! எவ... எவளோ... வந்து திங்கிறாளுக! ‘அடியேய்... இந்தாடீ... அந்த வீட்டை வச்சுக்கோ... இந்தக் காட்டை உழுதுக்கோன்னு கை காட்ட மனசு வருதா? பொண்டாட்டி செத்து இருபது வருசமாச்சு. பேரு சொல்லப் பிள்ளையுமில்லே! வாரிசு இல்லாத சொத்துத் தானே? கொஞ்சோண்டு கிள்ளிக் குடுத்தால். கொறைஞ்சா... போகுது?” உடையப்பனின் நெஞ்சு ரோமங்களை கவ்வினாள்.

உதட்டு உரசலில் கண்கள் செருகின. மூடியவாறு சொன்னான். “இருக்கான்டீ... எனக்கு வாரிசு இருக்கான்!”

“எதூ! வாரிசு இருக்கா? யாரு?” பதறினாள்.

பதில் சொல்ல வாய் திறந்தான்.

‘டுண்... டுண்ண்... டுண்...’

ஆங்காரப் பேயாய் மோதும் கோடாங்கிச் சத்தம், குருதி கசியும் நக விரல்களால் கதவு, ஜன்னல்களை கவ்விப் பிடித்து ஆட்டியது. படுக்கை அறை ஜன்னல் கண்ணாடிகள் கிடுகிடுத்தன. கட்டில் புரண்டது. தெற்குப் பட்டிக்காரி கீழே உருண்டாள். கைப் பிடிமானம் கிடைக்காத உடையப்பன், நிலைகொள்ளாமல் அறை முழுக்க தடுமாறினான்.

‘டுண்... டுண்ண்... டுண்...’

புரண்டு படுத்த ஊர், தூக்கத்தில் புலம்பியது.

"ஊருக்கு தலை செரைக்கிற நாவிதன்... தவசியாண்டிக்கு... யாருமேலே இம்புட்டுக் கோபம்?"

"ஊருக்குள்ளே குடியிருக்கவே மாட்டேன்னு. தாயில்லா பொண்ணை கூட்டிக்கிட்டு காட்டுக்குள்ளே ஒதுங்கி இருபது வருசத்துக்கு மேலே ஆச்சு. அவன் கோபம் யாரு மேலேயோ! என்னைக்கு தீருமோ!"

தீந்தென்றல் மலர்த்திப்போட்ட பூவிதழாய், அவரைக் கொடி இடை திருகி, கண் விழித்தாள் செவ்வந்தி. செம்பருத்திச் செடி உயரம். மினுமினுக்கும் கமுகு மேனி. மேற்கே சரியும் சூரிய நிறம். பலாச்சுளை மூக்கு. பாக்கு உதடு. கம்பங்கதிர் கழுத்து. கால் கூசும் நடை.

தனித்திருக்கும் வனாந்தரத்து ஒற்றைக் குடிசையின் அணையா விளக்கு, ஒளிக் கீற்று அசையாமல், கற்சிற்பமாய் எரிந்து கொண்டிருந்தது.

செவ்வந்தி, விரிப்பை விட்டு எழாமலே, விளக்கைத் தூண்டினாள். வெளிச்சம் பரவிப் படர்ந்த வாசலோரம், தகப்பன் தவசியாண்டியின் பாய் விரிப்பு மட்டும் கிடந்தது.

கை ஊன்றி எழுந்தாள். கூந்தலை கோதி முடிந்து கொண்டை யிட்டாள். வாசலுக்கு வந்தாள். காட்டையும் ஊரையும் அலைக்கழிக்கும் கோடாங்கிச் சத்தம், ஒற்றைக் குடிசையை நெருங்காமல் ஒதுங்கிப் போனது. கண் பழகிய காட்டு இருட்டுக்குள் கூவினாள்.

"அப்பா!"

'டுண்... டுண்ண்... டுண்...'

"அப்பா..."

தவசியாண்டியை தேடி இருட்டுக்குள் நடந்தாள் செவ்வந்தி.

●

அஞ்சு தலை நாகம்

2

மாயழகியின் மூடிய கண்களுக்குள் கப்பல் ஓடியது. தனுஷ்கோடி தீவிலிருந்து பினாங்கு தீவுக்கு நாடு கடத்தி வந்த கப்பல். மலேசியக் கரை இறங்கி இருபது வருடங்களாகியும் தனுஷ்கோடி தீவுக் குறுமணல், கண்களை மூடவிடாமல் உறுத்தியது.

காய்ந்த இலைச் சருகாய் நீண்டுகிடக்கும் தனுஷ்கோடித் தீவின் பெண்கடலும் ஆண்கடலும் சந்திக்கும் முட்டுக் கடலுக்குள் நங்கூரம் பாய்ச்சி நின்றது 'நாடு கடத்திக் கப்பல்'.

உடுப்பணிந்த துப்பாக்கிகளின் நடுவே நின்றாள் மாயழகி. புட்டம் மறைத்து தொங்கும் மாயழகியின் தலை முடியை இடது கையால் இறுக்கிப் பிடித்திருந்தான் டி.எஸ்.பி. ஸ்காட். அத்தை மாயழகியின் தோளில் சாய்ந்துகிடந்த ஊமைச் சிறுவன் துரைசிங்கம், மலங்க மலங்க விழித்தான்.

அரைக்கண் பார்வையில் மாயழகியை கோதிய ஸ்காட், வலது பக்கம் திரும்பி வங்காள விரிகுடாவை பார்த்தான்.

நான்கு நாட்களுக்கு முந்தைய அமாவாசை இரவில் ரணசிங்கம் வைத்த குண்டு வெடித்துச் சிதறடித்த 'கிரேட் பிரிட்டன்' கப்பல், அலையாடிக் கொண்டிருந்தது.

வெள்ளை சாம்ராஜ்ஜியமே ஊதிப் பெருத்த பிணமாய் மிதப்பதுபோல் உணர்ந்தான் ஸ்காட். இடது கைப்பிடி முடி இன்னும் இறுகியது. வெள்ளிப் பூண்போட்ட பிரம்பால் மாயழகியின் புட்டத்தில் ஓங்கி அறைந்தான்.

விரிகுடாவைக் கைகாட்டி கத்தினான். "பாருடி... அங்கே பாரு. வெடித்துச் சிதறி மிதப்பது... கப்பல் அல்ல. பக்கிங்ஹாம் பேலஸ்!" பிரம்படி மறுபடியும் விழுந்தது. மாயழகி அசையலே. அத்தையின் கன்னங்களை உள்ளங்கையால் வருடினான் துரைசிங்கம்.

ஸ்காட்டின் முகச் சதை ஆடியது. கோபம் உச்சிக் கொம்பேறியது. வருடிய பிஞ்சுக் கையை வெள்ளிப்பூண் கைப்பிரம்பால் விலக்கினான். திரும்பி பார்த்த ஊமைச் சிறுவனின் வாய்க்குள் பிரம்பை நுழைத்தான். "குட்டிப் பாம்பே! உங்க அப்பன் ஒரு அஞ்சு தலை நாகம். நூற்றுக்கணக்கான போலீஸுகளை கொத்தினான். அதிகாரிகளை கொன்றான். கச்சேரிகளை கொளுத்தினான். அவனை அடிச்சுக் கொன்னு, பால் ஊத்தி மண்ணுக்குள்ளே பொதைச்சிட்டோம்".

மாயழகி, கண்களைச் சுழற்றி ஸ்காட்டைப் பார்த்தாள்.

"அந்தப் பாம்புக்குப் பிறந்த உன்னை உயிரோடுவிட்டால், நீ பத்து தலை நாகமாகி... எத்தனை பேரை கொல்வாயோ! எத்தனை பிணம் தின்பாயோ! ஆனாலும், ஒரு குட்டிப் பாம்பைக் கொல்ல பிரிட்டிஷ் சட்டம் என்னை அனுமதிக்கவில்லை."

பிரம்பை மேலும் கீழும் ஆட்டினான்.

"உங்க அப்பன் மண்ணுக்குள்ளே போயிட்டான். நீயும் உன் அத்தைக்காரியும் மலேசியக் காட்டுக்குப் போங்க. அவன் கேட்ட சுதந்திரம்... இங்கே கிடைக்காது. மலேசியக் காட்டிலேதான் கிடைக்கும்."

'பா... ம்ம்... ங்... ங்...' புறப்பட ஆயத்தமான நாடு கடத்திக் கப்பல், கடலுக்குள் இருந்து கூவியது. ஒரு படகு, கரையோரம் அணைந்து நின்றது.

மாயழகிமீது ஸ்காட்டின் கடைசிக் கோபம் கொப்பளித்தது. முன்னும் பின்னும் மாறி மாறி விழுந்த அடியில் கைப்பிரம்பு தெறித்தது. ம்... ஹூம்... மாயழகி அலுங்கலே. அத்தையின் கழுத்தைக் கட்டிக்கொண்டான் துரைசிங்கம்.

கப்பலேறிய மாயழகி, கரையில் நின்ற ஸ்காட்டை பார்த்து, "துப்பாக்கிப் போலீஸுகளை துணைக்கு வச்சுக்கிட்டு... ஒரு பொட்டச்சியை அடிக்கிற வெள்ளைக்கார நாயே! எத்தனை கடல்தாண்டி அனுப்புனாலும், திரும்பி வருவோம்டா! வந்து... பழி தீப்போம்!" துரைசிங்கத்தின் கன்னம் திருப்பி, "நேத்துவரை வாய் பேசுன இந்தப் பச்சப் பாலகனை ஊமையாக்கி அனுப்புறீங்களே! உங்களையும் உங்களுக்குத் துணைபோன உள்ளூர் துரோகிகளையும் இவனே வந்து அழிப்பான்டா!" கரை கேட்க கத்தினாள்.

கப்பல் கிளம்பியது.

பத்தாம் நாள் மலேசியக் கரை இறங்கினாள். அலைக்கழிந்த கடல் பயணத்தில் அத்தையின் மடியிலேயே கிடந்தான் ஊமைச் சிறுவன்.

வெள்ளையம்மாள் கிழவி எழுபதை தாண்டியவள். ஒற்றை ரோமம்கூட உதிராத தலை, பஞ்சாய் நரைத்திருந்தது. உளி உளியாய் கண்ணும் மூக்கும். எப்போதாவது மூடித் திறக்கும் இமைகள். குவிந்த உதடுகளுக்குமேல் அரும்பி மினுங்கும் பூனை ரோமம். பசுவின் நெய் நிறம். ஆப்பநாட்டு சனங்களுக்கு அருந்தலாய் வாய்க்கும் நிறம். வயதாக... வயதாக... அரண்மனைக்களை ஏறிய மேனி. இரண்டு கைகளையும் புறங்கட்டி நடக்கும் நடை. கிழட்டு ராணியின் தோற்றம். ஐம்பதாவது வயதில் சென்னைப் பட்டணம் வந்தவள்.

காடு, கழனி, கண்மாய், ஊரணி என சகதிப் பிசுக்கோடு 'காட்டுக் காத்து' குடித்தவளுக்கு பட்டண வாசம் ஒப்பவில்லை. பிறந்து ஆறு மாதமே ஆன பேரக் குழந்தையை அள்ளிக்கொண்டு ஊரைவிட்டு வெளியேறிய வைராக்கியம், நாளுக்கு நாள் இறுக்கியது. 'பெத்தவன் மூச்சுக் காத்தே... இவன் மேலே படக்கூடாது' என்கிற வைராக்கியம். வந்ததோடு சரி. ஊர் இருக்கும் திசைப் பக்கம் திரும்பலே. நாளாக... நாளாக... பட்டண வாசம் பழகிப்போனது.

பேரன் முத்தரசனுக்கு இருபது வயது. பெத்துப்போட்டதும் செத்துப்போன தாயின் முகம் பார்க்காதவன். ஆறு மாதக் குழந்தையாய் ஊரைவிட்டு வெளியேறியவனுக்கு அப்பன் முகம் தெரியாது.

கணக்குப்பிள்ளை ரத்னாபிஷேகம், ஊரிலிருந்து எப்போதாவது சென்னைப் பட்டணத்துக்கு வந்து போவார். ஒருநாள் தங்கி ஊர்ச் சேதிகளை பேசிவிட்டு கிளம்பிவிடுவார். ரத்னாபிஷேகம்பிள்ளை முத்தரசனுடன் பேச ஆசைப்படுவார். கிழவி பேச விடமாட்டாள். பேரழகன் முத்தரசனை கண்கள் அகல, எட்ட நின்றே வேடிக்கை பார்ப்பார்.

வெகுநாட்களாய்... பிள்ளைவாள் பட்டணத்துப் பக்கம் வரக் காணோம்.

புறங்கைகளை கட்டியவாறு நடுக்கூடத்தில் உலாத்திக் கொண்டிருந்தாள் வெள்ளையம்மாள்.

மாயழகியின் கண்களை மூடவிடாமல் தனுஷ்கோடி குறு மணல் உறுத்திக்கொண்டே இருந்தது. வான் முட்டும் மரங்களடர்ந்த மலேசியக் காட்டுக்குள், ஒரு சிறுபாறைமீது சம்மணமிட்டு அமர்ந்திருந்தாள்.

வெறி கொண்டு கட்டிப் புரளும் இரண்டு மிருகங்களின் உறுமலும் அலறலும் காட்டை அலைக்கழித்தது. இமை ஆடாமல் பார்த்துக்கொண்டிருந்தாள்.

வனக்காற்று சிலுசிலுத்தது.

●

பெருநாழி அரண்மனை

3

விடியவும் உடையப்பன் வீட்டு வாசலில் ஊர்கூடிக்கிடந்தது.

பொம்பளைக யாருமில்லை. எல்லாம் ஆம்பளைகதான். சன்னம் சன்னமாய் கூடினார்கள்.

வீட்டுத் தோட்டத்து சுற்றுச் சுவர்க் கதவு பூட்டி இருந்தது. தோட்டம் தாண்டி வீடு. வீட்டுத் தலை வாசலை திறக்கிற அறிகுறி தெரியலே. தோட்டத்துக் கதவை தட்ட முடியாது. சத்தம் போட்டு கூப்பிடவும் முடியாது. திறக்கிறவரை காத்துக்கிடக்க வேண்டியது ஊருக்காரன் தலையெழுத்து.

பெருநாழி கிராமத்துக்கு இந்த வீடுதான் அரண்மனை. அரண்மனைக்குள் தும்மல் சப்தம் கேட்டாலும், 'அரண்மனைக்கு என்னாச்சு? நேத்து ராத்திரி 'நச்சுநச்சு'ன்னு நாலு தும்மல் சத்தம் கேட்டுச்சே!' என, காலையிலே ஊரே வந்து நிக்கணும். அப்படி வராதவன்... ஊருக்குள்ளே குடியிருக்க முடியாது. ஊரே... உடையப்பன் ஊரு. இந்த ஊரு மட்டுமில்லே; ஆப்பநாட்டிலே பாதி, உடையப்பனுக்குச் சொந்தம்.

வாய்க்கும் காதுக்குமாக குசுகுசுத்தார்கள். கூடிக்கிடந்த இளவட்டங்களில், 'லோட்டா', வாய் ஓயாமல் பேசுபவன்.

‘லொட லொட’ன்னு பேசுறதுனாலே, அவனுக்கு பட்டப்பெயர், ‘லோட்டா’. அடுத்தவன் வாயை ‘கிண்டி’ விடுறதிலே கெட்டிக்காரன்.

“நேத்து ராத்திரி அரண்மனை அஸ்திவாரமே... ஆடுச்சே!”

“காட்டுக்குள்ளே இருந்து கோடாங்கிச் சத்தம் கேக்குற போதெல்லாம் அரண்மனை ஆடத்தான் செய்யுது.”

“தவசியாண்டி கோடாங்கிக்கும் அரண்மனைக்கும் என்ன சம்பந்தம்?”

“அதுதானே தெரியலே!”

பெரியவர் நல்லாண்டி, லோட்டாவை ஏற இறங்கப் பார்த்தார்.

“உடையப்பன் உள்ளேதான் இருக்காரா?” லோட்டா, கோட்டைச் சுவர்தாண்டி, கால்விரல் நுனியில் எக்கிப் பார்த்தான்.

நல்லாண்டிக்கு பொத்துக்கொண்டு வந்தது. “ ஏன்டா... விலாவிலே வெடிச்சுப் பெறந்த பயலே! வாயை வச்சுக்கிட்டு சும்மா இருக்க மாட்டியாடா? ‘அரண்மனை’ பெயரைச் சொல்றியே! ஒனக்கு ஈரல்லே பித்தா? எலும்பிலே பித்தாடா? அவன்ங்க காதுக்குப் போச்சுன்னா உன்னைக் கொன்னு தென்னை மரத்துக்கு உரமா வச்சிறப் போறான்ங்க.”

‘உடையப்பன்’ என்கிற பெயரை ஊரு உச்சரிச்சு... வெகுகாலமாகி போச்சு. இப்போதெல்லாம் உடையப்பனின் பெயரே ‘அரண்மனை’தான்.

என்ன சொன்னாலும், லோட்டா பயலுக்கு வாய் நிக்கலே.

“உள்ளே கூட்டு வண்டியை காணோமே!”

“ம்ம்? ராத்திரி வந்த கூத்தியாளை எறக்கிவிட, கூட்டு வண்டி சவ்வாரி போயிருக்கும்.”

தெற்குப்பட்டிக்காரி, ஊரார் கண்களில் படாமல், ராத்திரியோடு ராத்திரியாய் கூட்டு வண்டித் திரை மறைப்பில் வெளியேறிப் போயிருந்தாள்.

மஞ்சள் வெயில் ஏறியது.

லோட்டா, கண்களை இறுக மூடி, ஆயாசமாய் "அப்பப்பப்பா!" இழுத்து பெருமூச்சுவிட்டான்.

பக்கத்தில் நின்ற இளவட்டம், லோட்டாவுக்கு மட்டும் கேட்கச் சொன்னான். "ஏன்டா... லோட்டா! ஏறுவெயிலு கண்ணைக் கட்டுதாக்கும்! இந்நேரம், ஊரணிக்கரையிலே, செவல்பட்டி கள்ளுப்பானை வந்து எறங்கிருக்கும். போ... போயி... ரெண்டு செம்பு கள்ளைக் குடி. கண்ணு, 'பள பள'ன்னு நல்லா தெரியும்."

அரண்மனை தலைவாசல் கதவு திறக்கும் சப்தம் கேட்டது. வெளியே நின்றிருந்த எல்லோரும், கோட்டைச் சுவரில் கைபோட்டு எம்பி, உள்பக்கம் பார்த்தார்கள்.

கதவைத் திறந்து வெளியே வந்த கணக்குப்பிள்ளை ரத்னாபிஷேகம், அங்கிருந்தே கோட்டைச்சுவரைப் பார்த்துக் கூவினார். "அரண்மனைக்கு ஒன்னுமில்லே. நல்லாத்தான் இருக்காரு. எல்லாரும் போகலாம். அந்த லோட்டா பயலை மட்டும் உள்ளே வரச் சொல்லு."

எல்லோரும் கலைந்தார்கள். லோட்டா, திருகி திருகி முழித்தான். கோட்டைக் கதவு திறந்தது.

காடு குலுங்க கட்டிப்புரண்டு எழுந்தவனின் உடம்பு முழுக்க காயங்கள். கன்னம், மார்பு, முதுகு நிறைய நகக் கீறல்கள். உள்ளங்கைகள் நனைய பச்ச ரத்தம். உதறி எழுந்ததும் உடம்பை ஒரு உலுப்பு உலுப்பினான். முகம் மறைத்து முன்விழுந்த தலைமுடியை, ரத்தக் கைகோதி விலக்கிவிட்டான். தகிக்கும் முகத்தில், அடங்காத மிருக லட்சணம். உடம்பில் ஒட்டி யிருந்த மலேசியக் காட்டு மண்ணைத் தட்டிவிட்டான். வலது கைவாக்கு புதர்க் காட்டை ஓரக் கண்ணளந்தான். வாய்பிளந்து செத்துக்கிடந்தது சிறுத்தை.

சிறு பாறையில் சம்மணமிட்டு அமர்ந்திருந்த மாயழகியின் கண்கள் சிரித்தன. அங்கிருந்தே கண் அசைத்தாள்.

"துரைசிங்கம்! வா"

செவ்வந்தி, குடிசைக்குள்ளிருந்து அழைத்தாள்.

“அப்பா”

வெளி மண் திண்ணையில் அமர்ந்திருந்தான் தவசியாண்டி. தொடையை உரசிக்கொண்டு கள்ளு முட்டி. செவல்பட்டி பனங்கள்ளு.

தலை தட்டும் குடிசை வாசலில் குனிந்து வெளியே வந்தவள், “சாப்பிட வாங்கப்பா” அழைத்தாள்.

கவிழ்ந்தவாறு அமர்ந்திருந்தவனின் மீசை நனைய கள்ளு நுரை. இடது கையால் துடைத்துக்கொண்டான். “நீ போயி சாப்பிடு தாயீ...”

“நீங்க சாப்பிட்டு ரெண்டு நாளாச்சு. வாங்கப்பா... ஒரு வாய் சாப்பிடுங்க.”

அரைகுறையாய் தலை திருப்பி மகளின் காலடியை பார்த்தவன், “ஓங்கப்பன் ஒடம்புலே உசுரு இருக்குல்லே! அதுபோதும். நீ போத்தா..” மறுபடியும் கவிழ்ந்தான். கண்ணீர் ஓடியது. மகளை, கண்கொண்டு நேருக்கு நேர் பார்த்து ரெம்பக் காலமாச்சு. பார்த்தால் பாதி உசுரு போயிரும்.

தாயை இழந்த ரெண்டுவயசு கை குழந்தை செவ்வந்தியை தோளில் தூக்கிக்கொண்டு காட்டுக்குள் வந்து பதினைந்து வருசமாச்சு. அப்பன் முகத்தை மகள் பார்க்க... மகள் முகத்தை அப்பன் பார்க்க... வேத்து முகம் பார்க்காமல் காலம் ஓடுது.

செவ்வந்தி புஷ்பவதி ஆன அன்னைக்கு, கன்னித்தீட்டு கழித்து, அத்தம் குத்தம் சொல்ல ஒரு பொம்பளைத் துணை கிடையாது. வாயிலே துண்டை பொத்திக்கிட்டு திண்ணை யிலே உக்காந்து தவசியாண்டி அழுகிறான். குடிசை மூலை யிலே குத்துக்கால் வச்சு செவ்வந்தி அழுகிறாள். இப்பிடி ஒரு நாதியத்த பொழப்புக்கு என்ன வைராக்கியமோ!

“என் குல தெய்வத்தைக் கொன்னவன்ங்க உயிரோட இருக்கிற வரை, நான் சாகமாட்டேன். நீ போ தாயீ.”

இரண்டு கை நிறைய கள்ளு முட்டியை தூக்கினான்.

●

இரை

4

ஊரார் எல்லாம் கலைந்து போய்விட, அரண்மனைத் தோட்டத்து வாசலில் ஒத்தையில் நின்றான் 'லோட்டா'.

கணக்குப்பிள்ளை ரத்னாபிஷேகம், தலைவாசலில் நின்றவாறு, 'லோட்டா பயலை மட்டும் உள்ளே வரச் சொல்லு' என உத்தரவிட்டதும் லோட்டா கிறுகிறுத்துப் போனான்.

'அப்பிடி என்ன தப்பா பேசினோம்! நம்ம 'அரண்மனை' பேரு... 'உடையப்பன்' தானே? பேரை சொன்னது தப்பா?'

'தோட்டத்து வாசல்லே நின்னு சொன்னது... அரண்மனைக்குள்ளே எப்பிடி கேட்டுச்சு?'

'வாயை வச்சுக்கிட்டு சும்மா இருக்கியாடா... லோட்டா! தன் வாயில்தானே குத்திக்கொண்டான்.

தோட்டத்துக் கதவை வேலையாள் ஒருவன் திறந்தான். "லோட்டா... உள்ளே போ. இன்னைக்கு நீ... தென்னைக்கு உரம் தான்டீ" வாய்க்குள் சிரித்தான்.

செத்தும் உயிர் இழையும் ஓவியமாய் சிரிக்கும் பொம்மிக்கு முன் அமர்ந்து விழி அகலாமல் பார்த்துக்கொண்டிருந்தாள் வெள்ளையம்மா.

வீட்டின் நடுக்கூடத்தில் சந்தன மாலையிட்ட புகைப்படமாய் தொங்கிக்கொண்டிருந்தாள் பொம்மி.

உதடு சிரித்தாலும் விதித்த தாம்பத்யத்தில் தோற்றுத் துவண்ட சோகம் கண்களில் கசிந்தது. கயவனின் தாலி கழுத்தில் ஏறிய நாள் முதல், தன்னைதானே வீழ்த்திக்கொள்ள யத்தனித்த சோகம். கழுத்தை நீட்டிய கடனுக்காக ஓர் இரவு இமை மூடி இணங்கியதால் சூல் கொண்ட கருவை பெற்றுப்போட்டதும் மரித்துப்போன சோகம். பால்யம் தொட்டு கனவில் சுமந்தவனை கைபிடிக்க முடியாத சோகம். அந்த மாவீரன் துரோகக் கொலையுண்ட க்ஷணமே தன்னுயிரை துறந்த சோகம்.

பொம்மியை பொசுக்கிய வாதையை வெள்ளையம்மா அறிவாள். மகளை பலி கொடுத்த பாவத்தில் இவளும் பங்கு கொண்டவள். மகளுக்கு முன் மண்டியிட்டு நித்தம் அழுது கருகினாலும் தீராத பழி. முந்தானை தலைப்பால் கண்ணீரை துடைத்தாள்.

“பாட்டி!”

முத்தரசன் நுழைந்ததுமே, அறை முழுவதும் மெல்லிய நறுமணம் பரவியது. முத்தரசனின் ஒவ்வொரு அசைவிலும் சென்னைப் பட்டணம் ஒட்டியிருந்தது. பிறப்பெடுத்த பெருநாழி கிராமத்துக்கும் பேரனுக்கும் பொட்டுச் சம்பந்தமில்லாமல் வளர்த்திருந்தாள்.

அருகே வந்த முத்தரசன், வெள்ளையம்மாவின் கலங்கிய கண்களை உற்றுப் பார்த்தான்.

“அழுதீங்களா பாட்டி?”

“இல்லையே. எனக்கென்ன குறை? நான் ஏன் அழுகிறேன்?”

“பாட்டி! இந்தப் பொய்யை... இருபது வருசமா சொல்றீங்க. எங்கிட்டே எதையோ மறைக்கிறீங்க. நான் வீட்டிலே இல்லாத நேரமெல்லாம், அம்மாவுக்கு முன்னாடி உக்காந்து அழுகுறது எனக்குத் தெரியும். பாட்டி... பழசை அசைப்போட்டுக்கிட்டே... ரிவர்ஸிலே போகக்கூடாது. நாளை என்ன? நாளை மறுநாள் என்னன்னு போய்க்கிட்டே இருக்கணும்.”

பேரனின் முகத்தை ஏறிட்டு பார்த்தாள்.

வந்ததும் சொல்ல மறந்தவனாய் "ம்... பாட்டி... அடுத்த வாரம், நான் லண்டன் போறேன். கிங்ஸ்டன் யுனிவர்சிட்டியிலே பேசுறேன். பல நாட்டு மாணவர்கள் வர்றாங்க. இந்தியாவிலே இருந்து ரெண்டு பேர்தான். ஒன்னு... நான். இன்னொருவர் வங்காளத்திலே இருந்து வர்றார். பத்து நாள் ப்ரோகிராம்" என்றான்.

முத்தரசன் சொல்வது புரியாமல் விழித்தாள்.

"யாருக்கும் கிடைக்காத இந்த வாய்ப்பு... உங்க பேரனுக்கு கிடைச்சிருக்கு. நான் ஊருக்கு புறப்படுற நேரம் அழுகக்கூடாது. ஓ.கே.?" கிழவியின் கன்னத்தில் செல்லத் தட்டு தட்டிவிட்டு வெளியேறினான். திறந்த கதவைமூடாமலே நடந்து போய்க்கொண்டிருந்த பேரனை, இமை ஆடாமல் பார்த்துக்கொண்டிருந்தாள்.

தோட்டம் தாண்டி அரண்மனை முகப்பில் கால் வைத்த லோட்டாவின் நெஞ்சு பிசைந்தது. தலைவாசலில் நின்ற கணக்குப்பிள்ளை ரத்னாபிஷேகம், "உள்ளே வாடா..." கண்ணசைத்து விட்டு உள்ளே போனார்.

தரை தேய்த்து உள்ளே போனான்.

நாயகமாய் அமர்ந்திருந்த உடையப்பனுக்கு நாலு அடி தள்ளி பவ்யமாய் நின்றிருந்தார் கணக்குப்பிள்ளை.

உடையப்பனின் இமைகள் சுருங்கின. "உன் பேரு என்னடா?"

கைகட்டி குறுகி நின்றவன், "லோட்டா... சாமி" என்றான்.

"லோட்டா... உன் பட்டப் பேரு. நெசப் பேரு என்ன?"

"இருளாண்டி... சாமி"

"உன்னை இருளாண்டின்னு எவனாவது கூப்பிடுறானா?"

"இல்லை சாமி". நின்ற இடத்திலேயே கைகூப்பி குப்புற விழுந்தான்.

"ஒரு ஏழைப் பயலுக்கே 'பட்டப்பேரு' இருக்குன்னா... ஆப்பநாட்டு அரண்மனைக்கு பட்டப்பேரு இருக்கக் கூடாதா?" வலது கைவாக்கில் இருந்த தண்ணீர் செம்பை தூக்கினான்.

வேல ராமமூர்த்தி | 23

"சாமி... அய்யாவுகளே! வாக்குச் சனி உள்ள இந்த ஏழைப் பயலை, அரண்மனைதான் மன்னிக்கணும்". தரையோடு முகம் உரச, மாறி மாறி கும்பிட்டான்.

"ச்... ச்சீ... ச்சீய்ய்... நாயி, எந்திரி" வலதுகைச் செம்பை. லோட்டாவின் விலா தெறிக்க வீசினான்.

லோட்டா எழுந்து, தலை தொங்க நின்றான்.

"தமுக்கு அடிக்க தெரியுமா உனக்கு?"

"தெரியாது அரண்மனை."

"தெரியலேன்னா... கத்துக்கிறணும். கத்துக்கிட்டு... ஊருக்குள்ளே போயி தமுக்கு அடி."

லோட்டா முழித்தான்.

உடையப்பன் என்ன சொல்ல வர்றான்னு கணக்குப்பிள்ளைக்கே புரியலே.

"ரெம்பக் காலமா... கொண்டாடாமல் நின்னுபோன இருளப்பசாமி கோவில் கொடையை இந்த வருசம் நடத்தணும். அது சம்பந்தமா பேச, இன்னைக்கு ராத்திரி, அரண்மனை வாசல்லே ஊரு கூடணும். இது அரண்மனை உத்தரவுன்னு ஊருக்குள்ளே நீதான் தமுக்கு அடிக்கிறே. என்ன?"

"உத்தரவு அரண்மனை."

மலேசியக் காட்டுப் பாறையில் அமர்ந்திருந்த மாயழகி, "துரைசிங்கம்... வா" என்றழைத்ததும் வந்துவிடவில்லை. சிறுத்தையின் வாயைக் கிழித்துப் புரட்டிப்போட்டும் அடங்காதவனாய், தலையோடு உடம்பை மறுபடியும் உலுப்பி, காடதிரக் கத்தினான்.

'வ்... வ்வ்... வாஹ்ஹ்ஹ...'

மாயழகி சிரித்துக்கொண்டாள்.

'உன் பசிக்கான இரை... நம்ம ஊரிலேதான் இருக்கு. கிளம்பிற வேண்டியதுதான்.'

●

5

உஸ்தாத் அப்துற் றஹீம்

ஊரே, விழுந்து விழுந்து சிரித்தது.

தெரு நெடுக, அவரவர் வீட்டு வாசலில் நின்று கைகொட்டிச் சிரித்தார்கள்.

‘லோட்டாப் பயலுக்கு என்னாச்சு?’

‘அவனுக்கு ஏன் இந்த லவி?’

பெண்கள், விடிகாலை வேலைகளை எல்லாம் போட்டுவிட்டு, வாசலுக்கு வந்து நின்று சிரித்தார்கள்.

லோட்டா, எதை பற்றியும் கவலைப்படாமல் ‘தமுக்கு’ அடி தப்பிவிடக்கூடாது என்பதிலேயே குறியாய் இருந்தான்.

‘கிடுகிடு... கிடுகிடு... கிடுகிடு... கிட்டடி... கிட்டடி...’

அடிக்கிற கைத் தோதுக்கு ஏற்ப தலையை ஆட்டினான்.

தூக்க கலக்கத்தோடு கூடிய சின்னப் பயலுகள், வாயோரம் ஓடிக் காய்ந்திருந்த கொடுவாயைக்கூட கழுவாமல், லோட்டாவை அனுசரித்து நடந்துபோனார்கள்.

'லோட்டா அண்ணனுக்கு என்னாச்சு!' ஒருவருக்கு ஒருவர் பேசிக்கொண்டார்கள்.

குசும்புக்கார சிறுவன் ஒருவன், லோட்டாவின் பின்புறம் தட்டினான். ம்... ஹூம்... லோட்டாவுக்கு எதுவும் சுனைக்கலே.

'ஊருக்குள்ளே போயி... நீதான் 'தமுக்கு' அடிக்கணும் என உடையப்பன் உத்தரவு போட்டதும் ஓட்டமாய் ஓடிப்போய், தமுக்கு அடிக்கிற உமையணனிடம் கெஞ்சிக் கூத்தாடி, ஒரு தமுக்கு வாங்கினான். உமையணனும் உடனே ஒத்துக்கிறலே. செவல்பட்டி கள்ளுத் தண்ணி ரெண்டு முட்டி உள்ளே இறங்கி, பின் மண்டையில் 'சுரீர்ர்...' என பிடிக்கவும்தான் வழிக்கு வந்தான்.

"ஏஞ் சாமி... ஒங்களுக்கு இந்த லவி?" நமட்டுச் சிரிப்பு சிரித்தவாறு தமுக்கை இடுப்பில் கட்டிவிட்டான். தமுக்கு அடிக்கிற ரோலை எப்படி பிடிப்பது? எப்படி அடிப்பது? என்பதை உமையணன்தான் சொல்லிக்கொடுத்தான்.

'கிட்டடி... கிட்டடி...' தெரு கூடும் முச்சந்தியில் அடியை நிறுத்தினான் லோட்டா. ஊர்க் கண்ணெல்லாம் லோட்டா மீதிருந்தது.

"சேவிக்கிறேன் சாமியோவ்! ரெம்பக் காலமா... நின்னு போயிருக்கிற நம்ம இருளப்பசாமி கோவில் கொடை, குதிரை எடுப்புத் திருவிழாவை, இந்த வருசம் சீரும் சிறப்புமா... கொண்டாடனும்கிறது... அரண்மனை உத்தரவு. பத்து நாள் திருவிழா பத்தி பேசி முடிவு பண்ண... இன்னைக்கு ராத்திரி... அரண்மனை வாசல்லே ஊர் கூடணும்கிறது அரண்மனை உத்தரவு சாமியோவ்..."

'கிடுகிடு... கிடுகிடு... கிடுகிடு... கிட்டடி... கிட்டடி...'

பெரியவர் நல்லாண்டி, கையருகில் அமர்ந்திருந்தவனின் காதை கடித்தார். "உடையப்பன் பேரை ஒரு தடவை உச்சரிச்சதுக்கு... லோட்டாப் பயலுக்கு தண்டனையை பார்த்தியா!"

லோட்டா அடிக்கும் 'தமுக்கு' சப்தம், அடுத்த தெருவுக்குள் நுழைந்தது.

ஆப்பநாட்டு மாயழகி, மலேசியப் பெண்களின் உடை தரித்திருந்தாள்.

அழுத்தமான பல வண்ணங்களில், பெரிய பெரிய பூக்கள் போட்ட முரட்டுக் கைலியை, கெண்டைக்கால் தெரிய கட்டி இருந்தாள். இடுப்புக்கு மேல், மேனி மறைய சாம்பல் நிற 'குப்பாயம்' அணிந்திருந்தாள். இரண்டு பக்கமும் தாரளமாய் கை நுழையும் அளவிலான ஜேபிகளுடன், முழுக்கை மறைக்கும் குப்பாயம். மெல்லிய வண்ணத் துணியை, நெற்றியோடு தலை மறைத்து, பின் மண்டையில் முடிச்சு இட்டுக்கட்டி இருந்தாள். சமீப நாட்களாய் மாயழகியின் மனசு, கெந்தலிப்பாய் இருந்தது. இருபது ஆண்டுச் சபதம் நிறைவேறப் போகும் கெந்தலிப்பு. மனசு புரளும் உற்சாகத்துக்கெல்லாம் மூலக் கருவி, உஸ்தாத் அப்துற் றஹீம்.

சேதுநாட்டு பரமக்குடிக்கு அருகில் உள்ள நயினார்கோவில் கிராமம்தான் அப்துற் றஹீமின் பூர்வீக மண். இந்துக்களான மூதாதையர், பினாங்குத் தீவுக்கு பிழைக்கப் போய், கள்ளுக்கடை நடத்தியவர்கள். பின்னாளில் இஸ்லாத்தை தழுவியவர்கள். நயினார்கோவில் தங்கவேல் தேவரின் பேரன் அப்துற் றஹீம்.

மல்யுத்த வீரனாய் களமிறங்கிய உஸ்தாத் அப்துற் றஹீம், வில், வேல், வாள் விளையாட்டுக்களில் மலேசிய மண் முழுக்க கொடிக் கட்டினார். எவராலும் இறக்கமுடியாத கொடி.

சொந்த மண்ணில் வஞ்சிக்கப்பட்டு, வாய் பேச முடியாத ஊமைச் சிறுவனாய் மலேசியக் காட்டில் வந்திறங்கிய துரைசிங்கத்தின் மேல் அப்துற் றஹீமுக்கு பூர்வீக ரத்த பாசம். சகல போர்க் கலைகளையும் கற்றுத் தந்து, எங்கும் தோற்காத ஆயுதமாய் புடம்போட்டு, அத்தை மாயழகியின் கையில் ஒப்படைத்தார்.

"மாயழகி... திருப்திதானே?"

மாயழகிக்கு பேச்சு வரவில்லை. உஸ்தாத்தின் முன் மண்டியிட்டு, கையெடுத்துக் கும்பிட்டாள்.

மாயழகியின் தலையில் கை வைத்து ஆசீர்வதித்தார் அப்துற் றஹீம்.

நான்கு அடி தள்ளி நின்ற துரைசிங்கத்தை ஏறெடுத்துப் பார்த்தார் உஸ்தாத். கடலின் அடி ஆழத்தை கடைந்து, சுற்றிச் சுழன்று கிளம்பப் போகும் சூறாவளிபோல் தெரிந்தான். மனதுக்குள் சிரித்தவர், வாய்விட்டுச் சொன்னார்.

"உன்னை வெல்ல... இனியொருவன் பிறக்கணும்!"

மாயழகியின் பக்கம் திரும்பினார்.

"மாயழகி... பயண ஏற்பாடுகள் எல்லாம் முடிந்ததா"

"நாளைக்கு... கப்பல் கௌம்புதுண்ணேன்" என்றவள், கவிழ்ந்தவாறு தன் இடுப்பில் செருகியிருந்த கத்தியை உறை நீக்கி ஊருவினாள்.

இடுப்புக் குடத்தோடு, ஓடை நீரை அள்ளப் போய்க்கொண்டிருந்தாள் செவ்வந்தி. காட்டுப் பாதை என்றாலும் கால் பழகிய பாதை. வனப் பரப்பில் கண் அலைய, ஓடை நோக்கி கால்கள் தானே போகும். ஆனால் இன்று, கண் பிரியாமல் தடம் பார்த்து நடந்து போனாள். இனம் புரியாத சந்தோஷம் உள்ளுக்குள் இழையோடிக் கொண்டிருந்தது. தகப்பன் தவசியாண்டியிடம் இருந்து தொற்றிக்கொண்ட சந்தோஷம்.

நேற்று இரவு குடிசையைவிட்டு எங்கோ போய் திரும்பிய தவசியாண்டி, குதியாய்க் குதித்தான்.

"என் சிங்கம் வருது! என் சிங்கம் வருது!"

வனம் கீறி நடந்துபோகும் செவ்வந்திக்கு ஒன்னும் புரியலே. தகப்பன் தவசியாண்டி, இவ்வளவு சந்தோசமாய் இருந்து ஒரு நாளும் பார்த்ததில்லே.

'அப்பாவோட சிங்கம் யாரு?'

'அவரோட குல தெய்வம் யாரு? அந்தக் குல தெய்வத்தை கொன்ன... எதிரி யாரு?'

கேள்வி கேட்கவும் பதில் சொல்லவும் நாதியற்ற காட்டுக்குள், ஓடை நீர், 'சலசல'த்து ஓடிக்கொண்டிருந்தது.

●

தேசம் திரும்பி, பழி முடி!

6

இடுப்புக் கத்தியை உருவிய மாயழகி, நீண்டு தொங்கிய தன் கூந்தலை, கை நிறையக் கோதி, ஒரு முழ அளவுக்கு நுனிமுடியை அறுத்தாள். இரண்டு கைகளிலும் ஏந்தி, உஸ்தாத் அப்துற் றஹீமை ஏறிட்டுப் பார்த்தாள்.

"அண்ணே... இது, எங்க குரு காணிக்கை!"

கைக் கூந்தலை, உஸ்தாதின் காலடியில் வைத்தாள்.

உதட்டோரம் சிரித்துக்கொண்ட உஸ்தாத், "மாயழகி! நான் மலேசிய மண்ணில் பிறந்து வளர்ந்தவன்தான். ஆனாலும் எனது வேர்கள், ராமநாதபுரத்து சேது மண்ணின் வேர்கள். வெள்ளைக் கொடும்பாவி எரிக்க, லாவிச் சுழன்ற விடுதலை வேள்வித் தீயின் நாவுகளுக்கு ஆயிரம் ஆயிரம் வீர மறவர்களை அள்ளிக்கொடுத்த என் சேது பூமிக்குச் செய்யவேண்டிய கடமையைத்தான் நான் செய்தேன்." மாயழகியின் உச்சந்தலையில் கை அழுத்தி, "அடிமைப்பட்ட தேசத்திலிருந்து நாடு கடத்தப்பட்ட நீங்கள், சுதந்திர இந்தியாவுக்குள் நுழையப் போகிறீர்கள். வெள்ளையன் வெளியேறி விட்டாலும் நம் எதிரிகள் தழைத்துக்கொண்டே இருக்கிறார்கள். துரைசிங்கத்தோடு தேசம் திரும்பி, உன் பழி முடி. வஞ்சகன் எவனையும் மன்னிக்காதே." ஆசீர்வதித்து விட்டு எழுந்தார்.

அந்தியில் கூடினார்கள். பொழுது இருட்டியும் கதவு திறந்தபாடில்லை.

அரண்மனை அழைத்த உடன், வாசலில் வந்து கூடுவதும் சொரணையற்று காத்துக்கிடப்பதும் பெரிய ஆம்பளைகளுக்கு பழகிப் போச்சு. இதுநாள் வரை, இளவட்டப் பயலுகள் எவனும் வந்ததில்லை. இன்னைக்கு எல்லா இளவட்டங்களும் கூடி வந்திருக்கான்னா... அதுக்கு காரணம்... இருளப்பசாமி கோவில் திருவிழா.

காலையில் 'லோட்டா' தமுக்கு அடித்து கூவியதில் இருந்து, ஊரே துள்ளாட்டத்தில் இருந்தது. பதினாறு வருசமா... நின்னு போயிருந்த இருளப்பசாமி கோவில் கொடை... இந்த வருசம் நடக்கப்போகுது. பத்து நாளைக்கு, ஆட்டம், பாட்டம், எருதுகட்டு, இடைச்சியூரணி முருகேசன் நாடகம், பாவலர் ஓம் முத்துமாரி கூத்துன்னு ஊரே களைகட்டும்!

கூடிக்கிடக்கிற விடலைப் பயல்களில் பல பேரு, ஊர்த் திருவிழாவை பார்த்ததில்லை. பெரிய ஆட்கள் சொல்லிக்கேட்டதுதான்.

இளவட்டங்களின் கூட்டத்துக்குள்தான் 'லோட்டா'வும் இருந்தான். வயசுப்படி பார்த்தால், லோட்டா, இளவட்டமுமில்லே... பெரிய ஆளுமில்லே. ஊடு தட்டு வயசு.

காத்துக் கிடந்து பொறுமை இழந்த விடலைகள், "கதவு தெறக்குமா? தெறக்காதா?" வாய்க்குள் மொசு மொசுத்தார்கள்.

"அடலேய்! நம்ம அவசரத்துக்கு தெறக்கவும், மூடவும் அரண்மனைக் கதவு என்ன... நம்ம வீட்டு அஞ்சறைப் பெட்டியா? அரண்மனையை பார்க்கணும்னா... பொறுமையாத்தான் காத்துக்கிடக்கணும்." விடலைகளின் தலையில் பெரியவர்கள் தட்டி வைத்தார்கள்.

வந்து வெகுநேரமாகியும் லோட்டா வாய் திறக்க காணோம். விடலைகளும் இளவட்டங்களும் லோட்டாவின் காதுபடவே பேசினார்கள்.

"இருளப்பசாமி... நம்ம ஊருக்கே குலசாமியா? இல்லே... அரண்மனைக்கு மட்டும்தான் குலசாமியா?"

“தெரியலே.”

“ஊருக்கு ‘முதல் கரை’ யாரு?”

“முதல் கரைன்னா?”

“... ... ...”

“தெரியலையே”

எல்லா விபரமும் லோட்டாவுக்கு தெரியும். உதடு தங்காமல் வார்த்தைகள் துள்ளுது. ம்... ஹூம்ம்... இறுக்கிக்கொண்டான். வாயை திறந்தால், வம்பு வந்து சேருது. நேத்து வாயை தெறந்துட்டு... தமுக்கு அடிச்சு கேவலப்பட்டது போதாதா?

“பதினாறு வருசமா... திருவிழா ஏன் நின்னுச்சு? யாரு காரணம்?”

“தெரியலையே...”

“லோட்டாவுக்கு தெரியுமே!”

இதுக்கும் மேலே லோட்டாவுக்கு பொறுக்கலே. இளவட்டங்களையும் விடலைகளையும் சைகை காட்டி, கூட்டத்திலிருந்து ஒதுக்கிக்கொண்டு போனான். இருட்டுக்குள் மெதுவாக பேசினான்.

“அடேய்... கீரை முண்டைகளா! ஊரு விவரம் தெரிஞ்ச... என்னைமாதிரி ஒரு ஆளை பக்கத்திலே வச்சுக்கிட்டு... கேக்குற கேள்விக்கெல்லாம், ‘தெரியலே... தெரியலே’ன்னு பதில் சொன்னா... எப்பிடிடா?” தோள்ப் பட்டையை சிலுப்பிக்கொண்டு, பெரிய மனுசத் தோரணையில் பேசினான்.

“லோட்டா, வாயை தொறந்துட்டான்டா!” இளவட்டம் ஒருவன் இடையில் செருகியதை, லோட்டா கவனிக்கலே.

லோட்டா, தன்னைச் சுற்றி இருந்தவர்களுக்கு மட்டும் கேட்கும்படி வாய்க்குள் பேசினான். பெரியவர் நல்லாண்டி, அங்கிருந்தே காது கொடுத்தார். ஒன்னும் கேட்கலே.

“... ... ...”

"அப்போ... அரண்மனை?"

"... ... ..."

"இப்போ... என்ன வந்துச்சாம்?"

"ம்ம்... ம்! காட்டுக் கோடாங்கிச் சத்தம்... அரண்மனை அஸ்திவாரத்தையே ஆட்டுதுலே?"

"ஆக... அரண்மனை நெனைச்சாத்தான்... திருவிழா. இல்லேன்னா... கிடையாதுன்னு சொல்லு!"

பெரியவர் நல்லாண்டி கத்தினார். "அரண்மனை வெளியே வந்துட்டாரு! எல்லாரும் வாங்கடா"

ஆட்டத்தைக் கலைத்துவிட்டு எல்லோரும் வாசலுக்கு ஓடினார்கள்.

சிங்கப்பூர் துறைமுகத்தில் இருந்து, போர்ட் கில்லாங் வழியாக, பினாங்கு தீவுக்கு வந்துநின்ற கப்பலில் அமர்ந்திருந்தார்கள். கப்பலின் மையப் பகுதியில் அறை ஒதுக்கப்பட்டிருந்தது.

ஊமையன் துரைசிங்கத்தை அறைக்குள் உட்காரவைக்க பெரும்பாடுபட்டாள் மாயழகி. கயிறு போட்டுக் கட்டி வைக்காத குறைதான். கப்பலின் மேல் தளத்துக்கு ஓடுவதிலேயே குறியாய் இருந்தான்.

பினாங்கு தீவைவிட்டு, மேற்கு நோக்கி கப்பல் கிளம்பியது.

மாயழகியின் கைப்பிடியை முறித்துக்கொண்டு, இரும்பு ஏணிப்படி வழியே ஓட்டமாய் ஏறி, மேல் தளத்துக்கு வந்தான்.

கப்பல் ஓரக் கைப்பிடியை இரண்டு கைகளாலும் பற்றிக்கொண்டு, அருகில் நிற்கும் இன்னொரு வெள்ளையனுடன் கடல் பார்த்து பேசிக்கொண்டிருந்தான் டி.எஸ்.பி. ஸ்காட்.

ஊமையன் துரைசிங்கத்தின் கண்களை, தனுஷ்கோடி தீவுக் குறுமணல் உறுத்தியது.

●

ஆப்பநாட்டு மசாய்

7

பினாங்கு தீவை, 'புலாவ் பினாங்' என்பார்கள்.

'புலாவ்' என்றால், மலாய் மொழியில், 'பாக்கு'. கழுகுப் பார்வையில், கொட்டைப் பாக்கு வடிவில் படுத்திருக்கும் தீவு. கரும்பச்சை நிறக் காடுகளால் போர்த்தப்பட்ட சொர்க்க பூமி. சீனர்களும் மலாய்க்காரர்களும் தமிழர்களும் பிணைந்த தீவு. மங்கோலிய ஜாடை நிறைந்த மலாய்க்காரர்களே பூர்வ தீவுக்காரர்கள்.

துறைமுகத்தில் இருந்து புறப்பட்ட கப்பல், பினாங்கு தீவைவிட்டு வெகுதூரம் வந்திருந்தது. கண்களைவிட்டு, மெள்ள மெள்ள விலகிப்போய் கொண்டிருந்தன கரும்பச்சை நிலப் பரப்புகள். காட்சிக்கு எட்டிய தூரம், கடல் விரிந்திருந்தது.

அதிசயப் பேருலகை அடி மடியில் மறைத்துவைத்துக்கொண்டு, கருநீல நீராய் திமிறிக் கிடக்கும் கடலை, கீறிப் பிளந்துபோகும் கப்பலின்மேல் தளத்தில் நின்றிருந்தான் டி.எஸ்.பி. ஸ்காட். வாயிலிருந்து வெளியேறியதும் கடற்காற்றில் கலந்தது சுருட்டுப் புகை. கடல் பார்த்து பேசிக்கொண்டிருந்தான்.

"ஓய்வுக்கு பின், லண்டன் வாழ்க்கை சலிப்பூட்டுகிறது. அடிமை தேசங்களுக்கு சுதந்திரம் கொடுத்து தொலைத்ததால், நம்மைப் போன்றவர்கள், லண்டனுக்கு மூட்டை முடிச்சுகளுடன் கிளம்ப வேண்டியதாயிற்று.

தேட்டமின்றி ரத்தம் குடித்த நாக்கு, வீட்டு ரொட்டிகளை சீண்டமாட்டேன் என்கிறது." புகையைவிட்டான்.

அருகில் நிற்கும் வெள்ளை அதிகாரி சைமன், "எனக்கும் லண்டனில் இருக்கவே பிடிக்கவில்லை. உலகம் சுற்றக் கிளம்பி விட்டேன்" என்றான்.

"மிஸ்டர் சைமன்! நீங்கள், பிரிட்டானிய நிர்வாகப் பிரிவில் பணிபுரிந்தவர். அறைக்குள் அமர்ந்து, காகித உத்தரவுகள்மூலம் அடிமைகளை கண்காணித்தவர். என் பணி வேறுவகை. நாடு, தேசங்கள் சுற்றி நரவேட்டை ஆடியவன் நான். பிரிட்டிஷ் காலனிய நாடுகளில், எங்கெல்லாம் கலவரக்காரர்கள் முளைக்கிறார்களோ... அங்கெல்லாம் கப்பல் ஏறிப்போய், சுட்டுச் சுடுகாடாக்கி முடித்ததும் அடுத்த வேட்டைக்கு அனுப்பப்பட்டவன்."

ஊருக்கு வடக்கே, கண்மாய்க்கரை இறக்கத்தில் இருளப்பசாமி கோவில். படிகளுடன் கூடிய எட்டடி உயர பீடம். உச்சியில் நின்றார் இருளப்பசாமி. அள்ளி முடிந்த கொண்டை. வலது கை ஓங்கிய அரிவாள். இடதுகை அணைந்த சிம்ம வாகனம். திரண்ட புருவம். தெறிக்கும் விழிகள். கூர்த்த மூக்கு. கொடுவாள் மீசை.

எந்த தலைமுறையில் உருவான கோயில் என எவனுக்கும் தெரியலே. காவல்காரன்பட்டியில் இருந்து பிடிமண் எடுத்து வந்து கோயில் உருவானது என சொல்லி வைத்துவிட்டு பெருசுகள் செத்துப்போனார்கள்.

திருவிழா சாட்டி, காப்புக் கட்டியதிலிருந்து, ஊரே பரபரத்து திரிந்தது. பொழுது விடியவுமே, கொட்டுக்கார பாலு கூட்டம், காற்சலங்கை மணி கட்டி, இடுப்புக்கொட்டுச் சத்தத்தோடு, ஊரைக் கிளப்பிவிட்டு விடுவார்கள். தெருத்தெருவாய்... சந்து சந்தாய்... மாவிலை தோரணம், கீற்றுப் பந்தல், ரேடியோ சத்தம். கணக்குப்பிள்ளை ரத்னாபிஷேகம் மேற்பார்வையில் அரண்மனைக் காசு, தெருவெல்லாம் ஓடுது!

'அரண்மனைன்னா... அரண்மனைதான்! காசை அள்ளி எறியிறாரே!' ஊரே வாய்ப்பாறியது.

ஸ்காட்டை ஓரக் கண்ணால் கோதினான் சைமன். "மிஸ்டர் ஸ்காட்! போன நாடுகளில் எல்லாம் நரவேட்டை மட்டும்தான்

நடந்ததா? இல்லை... 'அந்த' வேட்டையும்." உதட்டோரம் இளித்தான்.

கடற்காற்றுச் சுகம், உள் ரகசியங்களை சொல்லத் தூண்டியது. நெஞ்சு நிறைய மூச்சுக் காற்றை இழுத்துவிட்ட ஸ்காட், வானும் கடலும் சேரும் அரூபக் கோட்டை கூர்ந்து பார்த்தான்.

"அதில்லாமல் எப்படி? லண்டனைவிட்டு, தனி ஆளாய் கிளம்புபவன், வீடு திரும்ப ஆண்டுக் கணக்காகும். போகிற இடங்களில்... புழங்கிக்கொள்ள வேண்டியதுதான்." பழைய நினைவுகளில் திளைத்தான்.

சைமன் கிளுகிளுத்தான்.

பேச்சுவாக்கில் அணைந்துபோன சுருட்டை, மறுபடியும் பற்றவைத்தான் ஸ்காட். புகையை இழுத்து, காற்றில் ஊதினான். "ஆஃப்ரிக்காவின் கென்யா நாட்டில், எனக்கு ஒரு மகள் இருக்கிறாள். அவளுடைய தாய், 'மசாய்' இனத்தைச் சேர்ந்தவள்."

ஸ்காட்டை விழி அகல பார்த்தான் சைமன்.

"ஆஃப்ரிக்க 'மசாய்' இனம் பற்றி கேள்விப்பட்டிருக்கிறாயா சைமன்? உலக நாட்டுச் சிங்கங்களிலேயே ஆஃப்ரிக்கச் சிங்கங்கள் கொடூரமானவை. அந்தச் சிங்கங்கள், இந்த 'மசாய்' இனத்தவரைக் கண்டு பதறி ஓடும். இவர்கள், சிங்கத்தை துரத்தி ஓடுவார்கள்." நிறுத்தினான்.

"சிங்கத்தை துரத்தியவள், என் வெள்ளைத் தோல் மயக்கத்தில் விழுந்துவிட்டாள்." குறுஞ்சிரிப்பு சிரித்தான். "அப்புறம்... கீழைநாடுகளில் இலங்கையில் ஒரு மகன் இருக்கிறான்."

"இலங்கையிலுமா? இந்தியக் கப்பலில் செல்லுகிறீர்களே! அங்கும் வாரிசு உண்டோ?"

"இருந்திருக்கும். எங்கே விட்டான் அந்த காதகன்?"

"எவன்?"

"ஆஃப்ரிக்க, 'மசாய்'போல், இவன் ஆப்பநாட்டு 'மசாய்'. அவனைக் கொன்றொழிப்பதற்குள், என் ரத்தம் சுண்டிப்போனது. விட்டிருந்தால் வெள்ளை ஆதிக்க வேரை, வெட்டிச்

சாய்த்திருப்பான். 'ரணசிங்கம்', அவனது பெயர். அவனுடைய மகனைக்கூட, இந்த மலேசியத் தீவுக்குத்தான் நாடு கடத்தி விட்டேன்."

அடுத்த கேள்வியை சைமன் யோசித்துக்கொண்டிருக்க, ஸ்காட் தொடர்ந்தான். "லண்டன் வேல்ஸ் இளவரசர், நம்மைப் போன்ற நாடு சுற்றிகளுக்கு சிறப்பான ஒரு சலுகையை வழங்கி இருந்தார்.

அடிமை தேசங்களை அடக்கப் போகிறவர்களுக்கு, அங்கங்கு பிறக்கும் எந்த இனத்துக் குழந்தையானாலும் அது... பிரிட்டிஷ் பிரஜையே! 'வெள்ளை ரத்தம் ஓடும் குழந்தைகள் எல்லாம் வேல்ஸ் தேசத்துக் குழந்தைகளாகவே வளர்க்கப்பட வேண்டும்' என்பது கிரேட் பிரிட்டனின் உத்தரவு. இலங்கையில் பிறந்த என் மகன், சென்னை மாகாணத்து வெலிங்டன் கான்வென்டில் வெள்ளைக்காரனாகவே வளர்கிறான்!" பெருமிதத்தோடு சொன்னான் ஸ்காட்.

●

ஆவி ஆட்டுது

8

கண்களைவிட்டு பினாங்கு தீவு மறைந்துவிட்டது. ஸ்காட்டின் பிடறியில் பதிந்திருந்த ஊமையன் துரைசிங்கத்தின் கண்கள் அகலவே இல்லை.

வெகுநாட்களுக்குப் பின்னால், கணக்குப்பிள்ளை ரத்னாபிஷேகம், சென்னைப் பட்டணத்தில் வந்திறங்கினார். ரயிலேறி வந்த களைப்பு, முகத்தில் அப்பியிருந்தது. வாசலில் நுழைந்தபோது, 'பரபர'வென வெளியேறிக்கொண்டிருந்தான் முத்தரசன்.

ரத்னாபிஷேகம் பிள்ளையின் முகம் பார்க்காமலே, "வாங்க கணக்கு" வரவேற்றவன், தலை கவிழ்ந்தவாறு காலணிகளை மாட்டினான்.

இத்தனை நெருக்கத்தில் முத்தரசனை பார்த்திராத பிள்ளைவாள், "அய்யா... நல்லா இருக்கீங்களா?" சந்தோஷம் பொங்க கேட்டார்.

விசாரிப்புகளை காதில் வாங்கி கொள்ளாதவன், "உள்ளே போங்க. பாட்டி இருக்காங்க" சிரித்துக்கொண்டே பிள்ளையின் தோள்களை தொட்டு, "நான், அவசரமா... வெளியேபோறேன்" வாசலில் நிற்கும் வெள்ளை நிற காரை நோக்கி நடந்துபோனான்.

முன்னே நடக்கவிட்டு பின்னழகு பார்த்த ரத்னாபிஷேகம் பிள்ளை உறைந்துபோய் நின்றார். இதுநாள் வரை முத்தரசனை கண்குளிர பார்க்க விட்டதில்லை வெள்ளையம்மா கிழவி. 'இப்படி ஒரு மகனை பெற்ற பொம்மி, இருந்து வாழமுடியாமல் போய்விட்டாள். காலச் சுழி எப்படியெல்லாம் விளையாடுது!'

வாசலையே பார்த்துக்கொண்டிருந்தவரை, "வாங்க கணக்குப்பிள்ளை." வீட்டின் மைய அறையிலிருந்து, வெள்ளையம்மாவின் குரல் திருப்பியது.

"கும்பிடுறேன் தாயீ" கொண்டு வந்திருந்த கைப்பையை இருக்கையின்மீது வைத்தார்.

எதிர் இருக்கையை காட்டி, "உக்காருங்க..." என்றதோடு தானும் ஒரு இருக்கையில் அமர்ந்தாள்.

"இருக்கட்டும் தாயீ" உள் தொண்டையில் பேசியவர், இருக்கையின் நுனியில் ஒடுங்கி அமர்ந்தார்.

சேலை முந்தானைத் தலைப்பால் கழுத்து வியர்வையை ஒற்றியவள், "ஆவணி மாசம்... வெக்கையை பாருங்களேன்! சித்திரை, வைகாசி மாதிரில்லே வேகுது!" உதடு குவித்து மூச்சுவிட்டாள்.

கணக்குப்பிள்ளை, பாதி வாய்க்குள்ளும் பாதி வெளியிலுமாக பேசினார். "இந்த வேக்காடெல்லாம்... பட்டணக்கரையிலேதான். நம்ம ஊரு எப்பவும்போல 'குளு குளு'ன்னுதான் இருக்கு."

பிள்ளைவாள் பேச்சில் ஊரைத் தொட்டுப் பேசியதும் வெள்ளையம்மாவின் கண்களில் வெறுமை மிதந்தது.

"அது கெடக்கட்டும். வேற என்ன விசேஷம்?" பேச்சுத் தடத்தை மாற்றினாள்.

"ஏகப்பட்ட விசேஷம் இருக்கு தாயீ!"

ரத்னாபிஷேகம் பிள்ளையை ஊன்றிப் பார்த்தாள்.

"பதினாறு வருசமா... நின்னு போயிருந்த பெருநாழி இருளப்பசாமி கோவில் திருவிழா... இந்த வருசம் நடக்கப்போகுது!"

மூச்சுக் காட்டாமல் செவிகொடுத்தாள்.

“அரண்மனையை ஏதோ... ஆவி பிடிச்சு ஆட்டுது! இருளப்பசாமிக்கு இருபத்தியோரு கிடாய் வெட்டி பரிகாரம் தேடணுமாம். வயசுக்கு வராத ஏழு சின்னப் பொண்ணுகளை சாமி ஆக்கி, காப்புக் கட்டி, முளைப்பாரி வளருது. வைக்கோல் பிறி சுத்தி வாளெடுத்து ஆடிவர நேர்த்திக்கடன் வச்சு, இளவட்டங்கள் விரதம் இருக்கான்ங்க. ஊரே திருவிழா கோலம்தான்! ஒரே ஒரு குறை மட்டும் இருக்கு.” நிறுத்தினார்.

வாய் திறக்காமலே, ‘என்ன குறை?’ என கேட்பதுபோல் ஏறிட்டுப் பார்த்தாள்.

“தாயீ... நீங்க வந்து தலை காட்டுனீங்கன்னா... அரண்மனைக்கு பரிகாரம் கிட்டும்.” பதறி பதறி சொல்லிவிட்டார்.

“கணக்கு!” தீக் கங்காய் பார்த்தாள்.

“மன்னிக்கணும் தாயீ. அரண்மனைக்குள்ளே ஆயிரம் குத்தம் குறை இருக்கு. இருந்தாலும், இது ‘சாமி’ காரியம். வாழப்போற உங்க பேரப்பிள்ளை முத்தரசனுக்கு குலசாமி கடாட்சம் வேணும். உங்க உப்பை திங்கிற எனக்கு, இதை சொல்லவேண்டிய பொறுப்பும் கடமையும் இருக்கு தாயீ.”

இருக்கையைவிட்டு எழுந்த வெள்ளையம்மா, புறங்கைகளை கட்டிக்கொண்டு யோசனையில் நடைபோட்டாள். அரைபாதி தலை கவிழ்ந்திருந்த கணக்குப்பிள்ளை, விழிகளை மட்டும் மேலுயர்த்தி இமையாமல் வெள்ளையம்மாவை பார்த்தார்.

நின்றவள், திரும்பிச் சொன்னாள். “பத்தாம் நாள் திருவிழாவுக்கு, நான் மட்டும் பெருநாழிக்கு வருவேன். அரண்மனைக்குள் நுழையமாட்டேன். திருவிழா முடிஞ்சதும் சென்னைப் பட்டணத்துக்கு கிளம்பிருவேன்.”

“நீங்க மட்டுமா! நம்ம சின்னவரு?”

“முத்தரசன் வரமாட்டான். இருபது வருசமா அவன் மேலேபடாத அந்த ஊர் காத்து, இனிமேலும் பட வேண்டாம்.” மறுபுறம் திரும்பினாள்.

ஒற்றை ஆளாய் ஓடியாடி திரிந்தான் தவசியாண்டிக் கோடாங்கி. குடிசைக்கு நேர் எதிரே இருபதடி தூரத்தில், இடுப்பளவு மண்சுற்றுக் கோட்டையை எழுப்பியிருந்தான்.

வெட்டிக் காயப் போட்டிருந்த பச்சைப் பனை ஓலைகள் வெயிலில் இளமஞ்சள் நிறத்திற்கு முருகி இருந்தன. பல கன, உயர மூங்கில்கள் காய்ந்துகொண்டிருந்தன. கீறிப் பிளந்த தெப்பைகளாகவும் மலர்ந்திருந்தன. கிடுகுகளாக வணையப்பட்ட தென்னங்கீற்றுகள், அம்பாரமாய் குவிந்திருந்தன. பாதி திண்ணை அடைத்து, தென்னம்பாளை ஈக்கிகளும் மணிக்கயிறுகளும் குத்தூசியும் சாற்றிக்கிடந்தன.

குடிசை வாசலில் அமர்ந்து, ஏதும் புரியாதவளாய் வேடிக்கை பார்த்துக்கொண்டிருந்தாள் செவ்வந்தி. மண் குழைக்க, குடம் குடமாய் ஓடைநீர் அள்ளி வந்ததோடு சரி.

"இன்னொரு குடிசை, எதுக்குப்பா? யாருக்குப்பா?"

தவசியாண்டி, வாய் திறக்கலே.

கப்பலின் மேல் தளத்திலிருந்து, ஸ்காட்டையும் சைமனையும் பார்த்துக்கொண்டிருந்த ஊமையன் துரைசிங்கம், இரும்பு ஏணிப்படிகளில் விறுவிறுவென கீழிறங்கினான். நடுப்பகுதி அறைகளை கடந்து ஓடினான். மாயழகி, உட்தாழ்ப்பாள் இட்டிருந்த அறைக் கதவை தட்டினான். திறக்கும் வரை தட்டினான். திறந்ததும் உள்ளே நுழையாமலே, மாயழகியின் வலது கையை பிடித்து வெளியே இழுத்தான்.

"ஏய்... துரைசிங்கம்! என்னாச்சு உனக்கு?" கையை உதறிவிட்டு, துரைசிங்கத்தை உள்ளே இழுத்தாள். கதவை பூட்டினாள்.

ஊமையன், கப்பலின் நடுப்பகுதி அதிர கத்தினான்.

'ஹ்ஹா... ஆஹ்... ஹ்வ்... ஹா...'

மாயழகி மிரண்டுபோனாள்.

கதவைத் திறந்தான். மாயழகியின் கையைப் பிடித்து இழுத்துக்கொண்டு இரும்பு ஏணியை நோக்கி ஓடினான். இரண்டு, இரண்டு படிகளாகத் தாவி ஏறி மேல்தளத்துக்கு வந்ததும் கப்பலின் ஓரம் பார்த்தான்.

படியேறி வந்து சேர்ந்த மாயழகி, துரைசிங்கத்தின் பார்வை பதிந்த இடம் நோக்கினாள்.

யாரையும் காணோம்.

சுற்றிலும் கடல்.

‘ங்ங்ங்அ...’

9

பெருநாழி தெருக்களில் உடையப்பனின் கால்பட்டு, எத்தனையோ வருடங்கள் ஆகி இருக்கும். உடையப்பனை ‘அரண்மனை’ என்று ஊரார் சொல்ல ஆரம்பித்ததில் இருந்து ‘நடை’ மறந்துபோச்சு. ஏறுனா... கூட்டு வண்டி... எறங்குனா... அரண்மனை. வர்றது... போறது எல்லாம் கூட்டு வண்டியிலேதான்.

அரண்மனைக்குள்ளே ரெண்டு கூட்டு வண்டி நிற்கும். ஒன்னு... ‘அரண்மனை’ உடையப்பனுக்கு. இன்னொன்னு... அன்றாடம் வந்துபோகும் வைப்பாட்டிகளுக்கு.

அரண்மனைக் கூட்டு வண்டி அலங்காரம், ஊருக் கண்ணைப் பறிக்கும். வண்ண வண்ண பட்டு வஸ்திரங்களால் போர்த்தப்பட்ட வண்டிக் கூண்டு. ஜிகினா வேலைப்பாடுகளுடன் முன்னும் பின்னும் தொங்கும் திரை மறைப்புகள். வண்டிச் சக்கர ஆரக்கால்களில் எல்லாம், வெண்கல குறுமணிகள். சக்கரம் உருள உருள, வேகத்திற்கேற்ப நாதம் குழையும். தலை நிமிர்த்தி இழுத்துப்போகும் காளைகள், ‘பூரணி’ இனக் காளைகள். பந்தயக் குதிரை உயரம். வெண்பட்டு நிறம். இரண்டடி உயர, மஞ்சள் பூத்த கொம்புகள். கழுத்து மணிகள், ‘சலங்... சலங்... சலங்...’ என ஒலி பிசைந்து அடுத்த ஊரை எழுப்பும். ‘அரண்மனை போறாரு! அரண்மனை போறாரு!’

ஊர்ச் சனமெல்லாம் தெருவோரம் கண் கொட்டி நிற்கும். திரை மறைப்பு விலகாமல் வண்டிபோகும். எவர் கண்ணும் அரண்மனையை பார்த்திருக்காது.

இன்னொரு வண்டி, நீலம் போர்த்திய கூட்டு வண்டி. திரை மறைப்புகளும் நீலம். பொழுது இருட்டினால் வண்டி தெரியாது. வண்டிச் சக்கரத்து இரும்பு பட்டைகளுக்கு பதிலாக, கனத்து உருண்ட ரப்பர் சுற்று. குண்டு, குழியில் விழுந்துபோனாலும் பொட்டுச் சப்தம் கேட்காது. அலுங்காமல் குலுங்காமல் இழுத்துச் செல்லும் குட்டைக் காளைகள், நாட்டு மாடுகள். வருவதும் போவதும் தெரியாமல் இருப்பது, வைப்பாட்டிகளுக்கு வசதி.

'திடு திப்'பென தெருவில் இறங்கி நடந்துவரும் அரண்மனையைக் கண்டதும் ஊர் திகைச்சுப் போச்சு. ஊருலே முக்கால்வாசி சனம், இதுநாள்வரை அரண்மனையை பார்த்ததில்லே.

அவரவர் வீட்டு வாசலில் ஆம்பளைகள் கைகூப்பி நின்றார்கள். எட்டிப் பார்த்த பொம்பளைகளை, 'போடீ... உள்ளே...' என, கண்ணால் மிரட்டினார்கள்.

"இவருதான் அரண்மனையா! வயசே... தெரியலையே!" என, விழி அகலப் பார்த்த புதுப் பெஞ்சாதியை வீட்டுக்குள்ளே தள்ளி, கதவை தாழ்ப்பாள் இட்டதும் வெளுக்குறான் ஒருத்தன்.

தரை புரளும், கை அகல வெள்ளி ஜரிகைக் கரைப்பட்டு வேட்டி. ஒட்டகத் தோல் செருப்பு. இடுப்பில், பச்சை நிற கொழும்பு பெல்ட். மார்பு ரோமத்தையும் மைனர்ச் செயினையும் துலங்கக் காட்டும் சந்தனப்பட்டு ஜிப்பா. தெரு நெடுகத் தலைவணங்கும் ஊர்ச் சனங்களை சட்டை செய்யாத தலைச் சிலுப்பல். வெட்டுப் பார்வை.

உடையப்பனை ஓரடி முன்னேவிட்டு, இடதுபுறம், ஓட்டமும் நடையுமாய் வந்தார் கணக்குப்பிள்ளை ரத்னாபிஷேகம். வலதுபுறம், ஈரடி முன்னேவிட்டு, குலுங்கு நடையில் 'லோட்டா' வந்தான். கைகட்டி நிற்கும் தெருவோர இருபுறத்துக் கண்களும் தன்னைப் பார்க்க வேண்டும் என மெனக்கெட்டான்.

எல்லாச் சனத்துக்கும் அரண்மனை மேலே... அரைக் கண்ணு, லோட்டா மேலே... அரைக் கண்ணு. 'லோட்டா... எப்படிடா... அரண்மனைகிட்டே ஒட்டுனான்!' வாய்க்குள் முணுமுணுத்தார்கள். தோள் குலுக்கி நடந்தான் லோட்டா.

இருபுறமும் கண் பாவாமல் நடந்த உடையப்பன், பெரியவர் நல்லாண்டியின் வீட்டுமுன் வந்ததும் நின்றான்.

"கும்பிடுறேன் அரண்மனை..." தலைக்குமேல் கை உயர்த்தினார் நல்லாண்டி.

பதிலுக்கு தலையைக் கூட ஆட்டாத உடையப்பன், கண்ணசைத்தான். அரைக் கூனலாய் ஓடிவந்த பெரியவர் நல்லாண்டியை பின்னால் விட்டுமுன்னால் நடந்தான். ரத்னாபிஷேகம் பிள்ளை, லோட்டா, நல்லாண்டி மூவரும் தொடர்ந்தார்கள்.

திரும்பாமலே, "திருவிழா ஏற்பாடுகள் எல்லாம் எப்படி இருக்கு நல்லாண்டி?" என்றான்.

"அரண்மனை உத்தரவுக்கு அட்டி ஏது? எல்லாம் சீரும் சிறப்புமா இருக்குது!"

"ஊருச் சனம் என்ன பேசுது?"

"சனம் என்ன சொல்றது? திருவிழாச் சந்தோசத்திலே... திக்கு முக்காடிப் போயி நிக்குது! அதுலேயும்... இப்போ... உங்களை நேரிலே கண்ட சனம், அந்த இருளப்பசாமியே எறங்கி நடந்து வர்றதா... நெனைக்குது அரண்மனை!"

உடையப்பனின் தலைச் சிலுப்பல் கூடியது. கடைசி தெருவுக்குள் நுழைந்தவன், "ஆமா... பொம்பளைகளே இல்லாத ஊரா... இது? ஒருத்தியையும் காணோம்!" என்றான்.

ரத்னாபிஷேகம் பிள்ளை, நல்லாண்டி, லோட்டா மூவரும் ஒருவரை ஒருவர் பார்த்துக்கொண்டார்கள்.

'அதுதானே... பார்த்தேன். கள்ளாப் பருந்து, காரணமில்லாம வட்டமடிக்காதேன்னு' என, லோட்டாவும், 'அரண்மனையை ஆவி பிடிச்சு ஆட்டாம... என்ன செய்யும்?' என, ரத்னாபிஷேகம் பிள்ளையும் முனகினார்கள்.

“அது ஒன்னுமில்லே அரண்மனை. பொம்பளைக எல்லாம், வீட்டுக்குள்ளே, நேர்த்திக்கடன் மாவிளக்கு மாவு இடிப்பாளுக. அதுதான்... ஒருத்தியையும் வெளியிலே காணோம்” சொல்லிச் சமாளித்தார் நல்லாண்டி.

இருளப்பசாமி கோவில் வாசல் வந்தது.

கப்பலின் மேல்தளத்தை தலை சுழற்றிப் பார்த்தாள் மாயழகி. யாரையும் காணோம்.

‘ம்ஹ்ஹா... ம்ஹ்ஹா...’ ஏதோ சொல்லத் தவித்தான் ஊமையன் துரைசிங்கம். மாயழகிக்கு ஒன்னும்புரியலே.

“துரைசிங்கம்... என்ன... ஏன் என்னை இங்கே இழுத்துட்டு வந்தே?”

ஸ்காட்டும் சைமனும் நின்றுகொண்டிருந்த கப்பலின் கைபிடி ஓரத்தைக் காட்டினான். உள்ளங்கைகளை தொப்பிபோல் குவித்து தன் தலையில் வைத்தான். வலது கையை நெஞ்சுக்கு நேராக நீட்டி, ஆட்காட்டி விரலால் துப்பாக்கி சுடுவதுபோல் சுட்டுக்காட்டினான். ‘ப்பபா... ப்பபா...’ அடி வயிற்றிலிருந்து குரலெடுத்து, தன் தொண்டையை தானே நெறித்து, கண் செருக நாக்கை நீட்டி, செத்ததுபோல் நடித்துக் காட்டினான்.

‘ங்ங்ஙஅ...’ கப்பலின் ஓரத்துக்கு மாயழகியை இழுத்துக்கொண்டு ஓடினான். ‘ங்ங்ஙஅ...’ ஸ்காட் நின்ற இடத்தை ஓங்கி மிதித்தான்.

ஏதும் புரியாமல் மாயழகி முழித்தாள்.

நின்றவாக்கில், கிழக்கே கண் ஓட்டினான். கப்பலின் மையத்தில், முதல் வகுப்பு அறைகளுக்கான நுழைவு வாயிலின் திரைச் சீலை ஆடியது. வேகமாய் ஓடினான். திரைச்சீலையை விலக்கி பார்த்தான். கனத்த கண்ணாடிக் கதவு, உள்பக்கம் தாழிட்டிருந்தது. கதவோடு நெற்றியை பொருத்தி, கூர்ந்து நோக்கினான். ஸ்காட்டும் சைமனும் கைகுலுக்கிவிட்டு, அவரவர் அறைகளுக்கு பிரிந்து போய்க்கொண்டிருந்தார்கள்.

●

பைத்தியமா..?

10

உற்றுப் பார்த்துக்கொண்டிருந்த துரைசிங்கம், கனத்த கண்ணாடிக் கதவை ஓங்கி ஓங்கி தட்டினான். கதவை, தான் தட்டும் சப்தம் தனக்கே கேட்காதது, மேலும் கோபமூட்டியது.

துரைசிங்கம், பிறவி ஊமையன் அல்ல. காது கேட்கும். ஆனால் வான் வெளியும் வங்கக் கடலும் கோர்த்துக்கிடக்கும் பெரும்பரப்பில் பேரிடிச் சப்தமே இறங்கினாலும் வெறும் தும்மல் சப்தமாய் நசிந்துபோகும். கடல் கீறிப்போகும் கப்பலின் இரைச்சல் வேறு சேர்ந்துகொள்ள, கதவை குத்தியவனின் கைதான் வலித்தது. காது கேட்கவில்லை.

கைக்கு கிடைத்த இரை, கண்முன் தப்பிவிட்ட துயரமும் கொலைவெறியும் கண்ணில் ஆட, வாயை அகலத் திறந்து கண்ணாடியை கடித்தான். பல், வழுக்கிக்கொண்டு போனது.

தலையால் முட்டி கதவை உடைக்க நினைத்தவன், நொடி யோசனையில் மேற்கே திரும்பி, மாயழகியை பார்த்தான்.

துரைசிங்கத்தை நோக்கி, மாயழகி வந்துகொண்டிருந்தாள். வேகமாய் வரும்படி கை அசைத்தான்.

ஏதும் புரியாதவளாய் அருகே வந்தவள், "ஏய்... துரைசிங்கம்! இங்கே என்ன பண்றே?" என்றாள்.

சொல்லமுடியாத சோகத்தோடும் ஏமாற்றத்தோடும் திரைச்சீலை விலக்கி, கண்ணாடிக் கதவை காட்டினான்.

கதவில் நெற்றியை பொருத்தி, கண்ணாடி வழியாக ஊடுருவி பார்த்தாள்.

பச்சைக் கம்பள விரிப்பு, 'மெத்... மெத்...' என நீண்டு கிடக்க, முதல் வகுப்பு அறைகள் ஆடம்பர மிடுக்கு காட்டின. உள்ளிருப்பவர்கள் ஊதித் தள்ளும் புகை, கூடம் நிறைந்து மண்டியது. கப்பல் சிப்பந்திகள் பணிவுமிக்க சேவக நடை நடந்து ஊழியம் செய்தார்கள்.

போதையில் நடை பிரளும் மனைவியை தாங்கிப் பிடித்தவாறு, ஒரு வெள்ளையன், தன் அறைக் கதவை திறந்து உள்ளே நுழைந்து கொண்டிருந்தான்.

முழுக் கோழிச் சப்பையை இடது கையில் வைத்து கடித்துக்கொண்டே, வலதுகை குவளை மதுவை தழும்பிச் சிந்தவிடாமல் லாவகமாய் நடந்துதிரிந்தான் ஒரு போதைக்காரன்.

முகம் சுழித்து திரும்பிய மாயழகி, துரைசிங்கத்தை ஏறிட்டுப் பார்த்தாள். "துரைசிங்கம்... இங்கே என்ன வேடிக்கை?" என்றாள்.

'தகப்பனை கொன்ற வெள்ளை அதிகாரி ஸ்காட் இந்தக் கப்பலில்தான் இருக்கிறான். அதோ... அந்த அறைக்குள் நுழைந்தான். நான் பார்த்தேன்', என்று சொல்ல 'வாய்' இல்லை.

"வா... நம்ம கமராவுக்கு போகலாம்" என்று சொன்ன மாயழகிக்குள் ஏதோ உறுத்தியது. துரைசிங்கம் விளையாட்டுப் பிள்ளை இல்லை. விபரம் தெரிந்த நாளிலிருந்து தன் கைப்பக்குவத்தில் வளர்ந்தவன். தான் ஊட்டி வளர்த்த லட்சியத்தை தவிர வேறொன்றும் அறியாதவன். குறிவைத்த ரத்தம் குடிக்கும்வரை, ஓய்தல் வேண்டாதவன். அவன், இங்கே எதைக் கண்டான்? யாரைக் கண்டு உறுமுகிறான்?

துருவி நோக்கினாள். துரைசிங்கத்தின் மிருகக் கண்களில் இயலாமை வழிந்தது. இருபது வருட வளர்ப்பில் இப்படி

இவனை பார்த்ததில்லை. ஏதோ இருக்கு. துரைசிங்கத்தின் தோள் குலுக்கி கேட்டாள். "சொல்லு துரைசிங்கம். யாரை பார்த்தாய்?"

மாயழகியின் கேள்வியால் கொஞ்சம் உயிர் வந்தவனாய், முதலிலிருந்து துவங்கினான். அடி வயிற்றிலிருந்து குரலெடுத்து, 'ப்பபா... ப்பபா...' என்றான். தன் தொண்டையைதானே நெறித்து, கண் செருக நாக்கை நீட்டி, செத்ததுபோல் நடித்துக்காட்டினான்.

மாயழகிக்கு ஏதோ புரிவதுபோல் தென்பட்டதும் உற்சாகமானான். உள்ளங்கைகளை தொப்பிபோல் குவித்து தன் தலையில் வைத்தான். வலது கையை நெஞ்சுக்கு நேராக நீட்டி, ஆட்காட்டி விரலால் துப்பாக்கி சுடுவதுபோல் சுட்டுக்காட்டினான். இரண்டு கண்களையும் விரல்களால் ஒற்றி, "ங்ஞா... ஆத்தேன்" என்றான்.

"ஐய்யோ... நீ சொல்றது ஒன்னும்புரியலே. வா... போகலாம்" கையை பிடித்து இழுத்தாள்.

துரைசிங்கத்தின் சகலமும் ஒடுங்கியது. மாயழகியின் கைப்பிடியில் ரெண்டு எட்டு நடந்துகொண்டே, முதல் வகுப்பு கண்ணாடிக் கதவை தலை திருப்பி பார்த்தான். செங்க மங்கலாய் தெரிந்த கண்ணாடியின் உட்பகுதியில் தன் அறைக்குள்ளிருந்து வெளியேறிக்கொண்டிருந்தான் டி.எஸ்.பி. ஸ்காட். மாயழகியின் கைப்பிடியை உதறிவிட்டு, கண்ணாடிக் கதவுப் பக்கம் பாய்ந்தான். மதுபானக் கூடம் நோக்கி நடந்து போய்க்கொண்டிருந்தான் ஸ்காட்.

வடிவான குடிசையை வேய்ந்து முடித்திருந்தான் தவசியாண்டிக் கோடாங்கி. தானும் தன் மகள் செவ்வந்தியும் வசிக்கும் குடிசையைவிட விஸ்தாரமான குடிசை. தெற்கே பார்த்த வாசல். மச்சு குளிரும் மாசி மாத பனிகூட இறங்காத வகையில், தென்னங்கிடுகுகளை, கொல்லம் ஓடுகள்போல் வரிந்து வேய்ந்திருந்தான். தாழ்வாரத் திண்ணைகளை, சாணிப் பாலால், நெய் பதத்திற்கு மெழுகி இருந்தான். உள் வீட்டு மண் தளத்தை, வாழை இலையாய் இழைத்திருந்தான். கண்ணுக்குள் பொத்தி பொத்தி வார்த்த காரியங்களில் இன்னும் ஏதோ மிச்சமிருப்பதாய் எண்ணி, உறக்கம் தொலைத்து அலைந்தான்.

“புதுக் குடிசைக்கு யாருப்பா வர்றா?” என்கிற செவ்வந்தியின் கேள்வியை காதிலேயே வாங்கவில்லை.

தகப்பனும் பேசாத தனித்த காட்டில், வண்ணப் பூக்களோடும் வண்ணத்துப் பூச்சிகளோடும் ஓடை நீரோடும் ஓங்கி உயர்ந்த மரங்களோடும் சந்தனம் பிசைந்த நிலவொளியாய் கானக வலம் வந்தாள் செவ்வந்தி.

மாயழகியும் ஓடிவந்து கண்ணாடி வழியாக பார்த்தாள். கூடத்து புகை மண்டலத்துக்குள் புகுந்திருந்த ஸ்காட், மாயழகியின் கண்ணில் படவில்லை. கண்ணாடியை ஓங்கி குத்தி, கத்தினான் துரைசிங்கம். மாயழகியின் தோள்களைப் பிடித்துக் குலுக்கி அலறினான்.

கப்பலின் மேல்தளத்தில் வலம் வந்துகொண்டிருந்த ஓர் அதிகாரி நெருங்கி வந்தான். துரைசிங்கத்தை கூர்ந்து பார்த்தான். மேலும் இரண்டு கப்பல் சிப்பந்திகள் வந்து கூடினார்கள்.

மாயழகியை பார்த்து, “இங்கே உங்களுக்கு என்ன வேலை? இவன் உன் மகனா? ஏன் கத்துகிறான்? பைத்தியமா?” என்றான் அதிகாரி. மாயழகியின் பதிலை எதிர்பாராமலே, “பைத்தியத்தை எல்லாம், ஏன் கப்பலில் அழைத்து வருகிறாய்? கரை இறங்கும்வரை உன்னால் இவனுக்கு காவல் இருக்க முடியுமா? போ... போ. உன் அறைக்கு அழைத்துப் போ” என, பாந்தமாய் புத்தி சொல்லிவிட்டு, சிப்பந்திகளுடன் கிழக்கே நடந்துபோனான்.

உடுப்பணிந்தவர்கள் விலகிபோனதும், துரைசிங்கம், முதல் வகுப்பு அறை வாசலிலேயே, இரண்டு கால்களையும் பரப்பி அமர்ந்து கொண்டான். மாயழகி கெஞ்சியும் துரைசிங்கம் எழுவதாக இல்லை.

●

சாமியாடி

11

பெரியவர் நல்லாண்டியை முன்னேவிட்டு, ஊர் ஆட்கள் காட்டுக்குள் நுழைந்து நடந்தார்கள். கணக்குப்பிள்ளை ரத்னாபிஷேகமும் உடன் வந்துகொண்டிருந்தார்.

பெருநாழிக்கு மேற்கே செண்பகத் தோப்பை தாண்டி நடந்தால், காடு. மேற்குத் தொடர்ச்சி மலை அடிவாரம். மனித நடமாட்டம் அற்ற வனம். யானைகளும் சிறுத்தைப் புலிகளும் காட்டுப் பன்றிகளும் தன்போக்கில் அலையும். பாம்பும் தேளும் பூரானும் கால்களுக்குள் ஊறித் திரியும். மேற்கே, மலை ஏறி இறங்கினால், மலையாள மண்.

பெருநாழி சனம் யாரும் இந்தக் காட்டுக்குள் நுழைந்ததில்லை. பெரியவர் நல்லாண்டி மட்டும் ஓரிருமுறை உள்ளேபோய் வந்திருக்கிறார்.

"காட்டுக்குள் போய் வர வேண்டும்" என, ரத்னாபிஷேகம் பிள்ளை சொன்னதும், நல்லாண்டிக்கு மனசு ஒப்பலே.

"காடு, கனத்த காடு. உள்ளே நுழையிறவங்க உயிருக்கு உத்தரவாதம் இல்லே" என்றார்.

"எனக்கும் தெரியும் நல்லாண்டி. என்ன செய்யிறது? அரண்மனை உத்தரவு. உயிருக்கு பயந்தால், ஊழியப் பிசகு வரும். விசுவாசமா... இருந்தே பழகிட்டேன். சரியோ... தப்போ... நம்ம ஆயுசுக்கும் அரண்மனைச் சேவகம்தான் விதி.

மேற்கொண்டு, இது... குலசாமி காரியமா... இருக்கு. சாமியாடி தவசியாண்டி இல்லாமல், திருவிழா நடத்துறது, ஊருக்கு நல்லதில்லே. ஊரு ஆளுகள் பத்துப் பேரை கூட்டிக்கிட்டு போயிட்டு வருவோம்."

நல்லாண்டி, கவிழ்ந்தபடி சிரித்துக்கொண்டார். "இந்த ஊரு ஆட்களை கூட்டிக்கிட்டு, எந்த முகத்தோட போயி தவசியாண்டி முன்னாடி நிக்கிறது? தாயில்லா பொம்பளை பிள்ளையை தூக்கிக்கிட்டு, ஊரை வெறுத்து அவன் ஒதுங்கி, இருபது வருசத்துக்கிட்டே ஆகுது. 'கோவில் சாமியாடி, கோவிச்சுக்கிட்டுப் போனானே! உயிரோட இருக்கானா? செத்தானான்னு இத்தனை வருசமா தேடாத ஊரு... இப்போ போயி நின்னா... எப்படி வருவான்?" என்றவர் "உங்களுக்காக வர்றேன் கணக்குப்பிள்ளை" என்று சொல்லிவிட்டுத்தான் கிளம்பியிருந்தார்.

நல்லாண்டிக்கு அடுத்து ரத்னாபிஷேகம் பிள்ளை வந்தார். அடுத்து 'லோட்டா'. ஊர் இளவட்டங்களில் 'லோட்டா' மட்டும்தான் வந்தான். அரண்மனையோடு ஒட்டிக்கொண்ட திலிருந்து, லோட்டாவுக்கு இளவட்டங்களோடு சேர்க்கையில்லை. தோரணை கூடிப் போச்சு. லோட்டாவுக்கு பின்னால் வந்த ஏழெட்டுப் பேரில், முனியாண்டியும் ஒருவர். லோட்டாவுக்கு சித்தப்பன் முறை. லோட்டாவை இடக்கு குத்து குத்துறதிலே கெட்டிக்காரர். எல்லோர் கையிலும் கம்பு இருந்தது. கால் தடம் பார்த்து நடந்தார்கள்.

நல்லாண்டிக்கு ஓரடி முன்னால், செடி செத்தைகளோடு கொடுக்கை தூக்கிக்கொண்டு ஒரு நட்டுவாக்களி நின்றது. கால் வைத்திருந்தால் போட்டுத் தள்ளி இருக்கும். கையிலிருந்த கம்பால், நட்டுவாக்களியை ஓரமாய் தள்ளிவிட்டார்.

"கொடுக்கை பார்த்தாலே... புல்லரிக்குது! அடிச்சுக் கொல்லாமல்... ஓரமா... தள்ளிவிடுறீங்களே!" என்றபடி, தன் கையிலிருந்த கம்பால் அடிக்கப் போனான் லோட்டா.

நல்லாண்டி தடுத்தார். "டேய்... லோட்டா! காட்டுக்குள்ளே இப்போதானே நுழைஞ்சிருக்கிறே? இன்னும் எத்தனை நட்டுவாக்களி, எத்தனை பாம்பு வருதுன்னு பாரு. கண்ணுலே

படுற எல்லாத்தையும் அடிச்சுக் கொல்லணும்னா... ஆயுசு பத்தாது. கடிபடாமல் போயிக்கிட்டே இருக்கணும்." சொல்லி வாய்மூடலே. பாதையின் குறுக்கேபோன ஒரு பாம்பு, திரும்பி பார்த்துவிட்டு கடந்துபோனது. திகைத்து நின்றார்கள்.

"இதுக்கு பேரு... வெள்ளை நாகம். இது, அருந்தலான சாதிப் பாம்பு. வேறு எந்தக் காட்டுலேயும் பார்க்க முடியாது. நாகப் பாம்புகளிலேயே விஷம் கூடுன சாதி!" என்றார் நல்லாண்டி.

லோட்டாவுக்கு கண்ணைக் கட்டியது. "சித்தப்பூ... ஏதாவது பேசிக்கிட்டே நடங்களேன்" என்றவன், எல்லோருக்கும் ஊடே நடந்தான்.

"ஏன்டா... பதறோளிப்பயலே! எலிக்கும் பூனைக்கும் பயப்பிடுற பயல் நீ. எங்களோட ஜோடி போட்டுக்கிட்டு, ஏன்டா... காட்டுக்குள்ளே வந்தே?" முனியாண்டி, லோட்டாவின் தலையில் ஒரு தட்டு தட்டினார்.

கணக்குப்பிள்ளைக்கும் அடிமடியை கலக்கியது. வெளிக்காட்டிக்கொள்ளாமல் நடந்தவர், "இந்த வனாந்தரத்துக்குள்ளே தவசியாண்டி எப்பிடி குடியிருக்கான்?" என்றார்.

"வயசுக்கு வந்த அவன் மகளும் இந்தக் காட்டுக்குள்ளேதானே துணிச்சலா இருக்குது!"

"தவசியாண்டிக்கு, யாரு மேலே... என்ன கோபம்?"

"ரணசிங்கம் சாகவும், 'இனி இந்த ஊருலே... குடி இருக்க மாட்டேன்னு, தவசியாண்டி வெளியேறிட்டான்."

"ரணசிங்கத்தை தெய்வமா மதிச்சவன் தவசியாண்டி!"

"தவசியாண்டி மட்டுமா? இந்த ஆப்பநாடே... தான், ரணசிங்கத்தை 'குலசாமி'யா கும்பிட்டுச்சு!"

"ரணசிங்கம் எப்படி செத்தான்? யாரு கொன்னது?"

"படை படையா வந்த வெள்ளைக்காரப் போலீஸுகளே... ரணசிங்கத்தை நெருங்கப் பயந்தான்ங்க! எல்லா போலீஸுகளையும் அழிச்சான். அப்படிப்பட்ட ஒரு மாவீரனை, எவன் கொன்னது?"

"யாருக்குத் தெரியும்?"

"அங்கேதான் மர்மம் இருக்கு!"

"தவசியாண்டிக்கு தெரியுமோ?"

"தவசியாண்டிக்கு தெரியுமான்னு... நல்லாண்டிக்குதான் தெரியும்."

"நல்லாண்டி... ஒனக்குத் தெரியுமா?"

"நான்... ரெண்டுதடவை காட்டுக்குள்ளே போயிருந்தபோது, தவசியாண்டி வாயை கிண்டிப் பார்த்தேன். ம்ஹூம்... மூச்சுக் காட்டலே! ஆனால்... ஏதோ ஒரு வைராக்கியத்திலே இருக்கிறான்! அது மோசமான வைராக்கியமா தெரியுது" என்றார் நல்லாண்டி.

"கணக்குப்பிள்ளைக்கு தெரியும். சொல்ல மாட்டேங்கிறாரு"

குறுஞ்சிரிப்பு சிரித்த ரத்னாபிஷேகம் பிள்ளை, "என்னை ஏன்ப்பா இழுக்குறீங்க? நானும் உங்களைமாதிரிதான். ஒரே வித்தியாசம்... நீங்க சம்சாரிகள். நான், அரண்மனைச் சேவகன். அவ்வளவுதான்" வாயை இறுக்கிக்கொண்டார்.

"ஏன் சித்தப்பூ... தவசியாண்டி, காட்டுக்குள்ளே வந்ததிலே இம்புட்டு ரகசியம் இருக்கா!" என்றான் லோட்டா.

"அப்பாஊ! தவசியாண்டி குடிசை கண்ணுலே தட்டுப்படவும்தான், என் மகன் லோட்டாவுக்கு பேச்சு வந்திருக்கு!" என்ற முனியாண்டி, "மகனே... குடிசையிலே குடியிருக்க நீ வரலே. திரும்பி ஊருக்கு போகணும். போற வழியிலே... குறுக்கே, யானை வருதோ! புலி வருதோ! உன்னைமாதிரி எளவட்டத்தைதான் காடு 'காவு' கேக்குமாம்!"

எல்லோரும் சிரித்தார்கள். ஆனாலும் குடிசை நெருங்க... நெருங்க... உள்ளுக்குள் உறுத்தியது. 'ஊர் ஆளுகளை பார்த்து, தவசியாண்டி பேசுவானோ... மாட்டானோ.'

ஓடையை கடந்து, கையில் கம்புகளோடு கரை ஏறினார்கள்.

அடர்ந்த காடே அதிரும்படி, ஒரு பெண்ணின் அலறல் சப்தம் கேட்டது.

"அப்பா!"

வன ஓவியம்

12

"அப்பா!"

மகள் செவ்வந்தியின் அலறல், தவசியாண்டியை உலுக்கியது. குடிசைக்கு வடக்கே, வெகுதூரக் காட்டுக்குள் இருந்தான். உயிரோடு பிடிபட்ட ஓர் உடும்பு, தவசியாண்டியின் கைப்பிடியில் இருந்து விடுபட முறுக்கிக்கொண்டிருந்தபோது செவ்வந்தியின் அலறல் சப்தம் கேட்டது.

"அப்பா!" ஒரே சப்தம்தான். மறு சப்தமில்லை.

சிறு குழந்தையாய் காட்டுக்குள் வந்ததில் இருந்து, எதைக் கண்டும் செவ்வந்தி இப்படி கத்தியதில்லை. மலை இறங்கி வரும் யானைகளும் சிறுத்தைப் புலிகளும் காட்டுப் பன்றிகளும் செவ்வந்தியை கண்டதும் தலை கவிழ்ந்து, தடம் மாறி கடந்துபோகும். படுக்கை விரிப்புக்குள் சுருண்டு கிடக்கும் நாகங்கள் கூட, புரண்டு படுக்கும் செவ்வந்தியின் திரேக பார அழுத்தத்தில் சினம் பொறுத்து, மெல்லச் சுருள் அவிழ்ந்து, ஊர்ந்து வெளியேறும். அப்படி ஓர் அபூர்வ இழை, செவ்வந்திக்கும் வனஜீவராசிகளுக்கும் இடையே ஊடாடிக்கிடக்கும். விஷம் கக்கும் நாகங்களையும் அடித்துக்கொள்ளும் விலங்குகளையும்விட கொடூரமான எதைக் கண்டு கத்துகிறாள்!

இடது கையில் உடும்போடும் வலது கையில் சூரிக் கத்தியோடும் குடிசையை நோக்கி ஓடக் கிளம்பினான். தார்ப்பாய்ச்சி கட்டி யிருந்த வேட்டி அவிழ்ந்தது. உடும்பை, தூர எறிந்தான்.

சூரிக் கத்தியை குறுக்கு வசமாய் வாயில் கவ்வினான். அவிழ்ந்த வேட்டியைத் தார்ப்பாய்ச்சி இறுக்கிக் கட்டினான். காட்டுச் செடிகள் முறிபட ஓட்டமெடுத்தான்.

"ஹாய்... முத்து!"

"சொல்லு அனு." பிடரியின் பின்புறம் நிற்பவளைத் திரும்பி பார்க்காமலே பேசினான் முத்தரசன்.

"ஏய்... திரும்பி பாரேன்!" முத்தரசனின் தோளை தொடப்போனாள்.

"ஏய்ய்!" திரும்பாமலே எச்சரித்தான்.

தோளைத் தொட நீட்டிய கையை, அரைபாதி சுருக்கி, முத்தரசனின் சுருள்முடி அழகை ரசித்தபடி நின்றாள்.

சட்டகமிட்ட அரைஆள் உயர துணிப் பதாகையில், வலதுகைத் தூரிகையால் வண்ணம் குழைத்து, அருங்காட்சி ஒன்றை ஓவியமாக்கிக் கொண்டிருந்தான். மயக்கத்தில் நின்ற அனு, அவன் தலை தாண்டி ஓவியத்தைக் கண்ணளந்தாள். தூரிகை தொடும் இடமெல்லாம் உயிர் முளைத்தது.

வெண்மையும் இளஞ்சிவப்பும் கரும்பச்சையும் கலந்து அடர்ந்த மலைவனம். பஞ்சாய் நுரை பொங்க, வனம் கீறிப் பெருக்கெடுத்து ஓடும் வெள்ளம். இருபக்க மலை முகடு தொட்டுச் சிறகு விரித்து, வெள்ளப் பெருக்கை எதிர்த்துப் பறக்கும் ஓர் இராட்சச வினோதப் பறவை. பறவையின் தலை, மனித தலை.

அருகில் இருந்து அடிக்கடி பார்த்த தலைபோல் இருக்க, அனு, இடதுபுறமாய் நகர்ந்து முன்னேவந்து, முத்தரசனின் முகம் பார்த்தாள். மாறி, பறவையின் முகம் பார்த்தாள். அசப்பில், முத்தரச முகம். உற்று விழி நோக்கினாள். முத்தரசனின் இமை ஆடாத கருவிழி, தூரிகைப் போக்குக்கு அசைந்துகொண்டிருந்தது.

உயிர் மறந்து ஓவியத்துக்குள் உருகிக்கொண்டிருந்த முகம், இதழ் விரியும் பூ போல், மெல்லமெல்ல மலர்ந்து கொண்டிருந்தது.

அனு, தூரிகையின் நுனி பார்த்தாள். சிகரம் தொட்டுப் பறக்கும் பறவையின் முதுகில், பளிங்குப் பச்சை நிறப் பொன்வண்டு ஒன்று அமர்ந்திருந்தது. பொன்வண்டின் முகம், சாந்தி தவழும் பெண்முகம்.

வண்டின் முகத்தில் தன் முகம் தெரிகிறதா? என உற்று பார்த்தாள். தன்னோடு உள்ளதுதான், தன் முகமா? அல்லது வண்டின் முகம், தன் முகமா? அறை முழுக்க சுற்றும்முற்றும் பார்த்தாள். முத்தரசனின் தாய் பொம்மியும் பாட்டி வெள்ளையம்மாவும் தூரிகை ஓவியங்களாய் சுவரில் தொங்கிகொண்டிருந்தார்கள். கதவை திறந்து அடுத்த அறைக்கு ஓடினாள். ஆளுயர நிலைக்கண்ணாடி முன் போய் நின்றவள், முகத்தை திருப்பி திருப்பி பார்த்தாள். வண்டின் முகம்போல் தன் முகம் இல்லையே! வெளிறிப் போனாள்.

திரும்ப ஓவிய அறைக்குள் ஓடி வந்தாள்.

முத்தரசன், ஓவியத்தை வரைந்து முடித்திருந்தான். அருகில் வந்து நின்ற அனுவை இப்போதுதான் பார்த்தவனாய், "ஹாய்... அனு! எப்போ வந்தே?" என்றான்.

அனுவுக்கு 'சுரீர்' என்றது.

"ஓவியம் எப்படி இருக்கிறது அனு?"

அனு பேசாமல் நின்றாள்.

"அடுத்த மாதம் லண்டன் கிங்ஸ்டன் யுனிவேர்சிட்டியில் எனக்குப் பதிலாக... இந்த ஓவியம்தான் பேசும்." இரண்டு கைகளாலும் ஓவியச் சட்டகங்களை பற்றிக்கொண்டு கம்பீரமாய் நின்றான்.

"சொல்லு அனு. எப்படி இருக்கு?"

"நல்லா இருக்கு."

"உன் ரசனை இவ்வளவுதானா?"

"உன் ஓவியங்களுக்கு நான் ஒரு 'மாடலிங் கேர்ள்'. என் ரசனை இவ்வளவுதான்."

"ஏய்... என்னாச்சு... உனக்கு?"

"பின்னே என்ன? அந்தப் பறவை யாரு? நீதானே?"

ஓவியப் பறவையை உற்றுப் பார்த்தவன், "என்னைமாதிரியா இருக்கு?" என்றான்.

"உன்மேல் உட்கார்ந்திருக்கிற பொண்ணு யாரு?"

அறையின் முகடு நோக்கி பலக்கச் சிரித்தான். "அது... பொண்ணு இல்லே. பொன்வண்டு."

"பொன் வண்டா? பெண் வண்டா?"

உதட்டோரம் சிரித்த முத்தரசன், "சரி... பெண் வண்டு," என்றான்.

"யார் அந்தப் பெண்?"

"என் காதலி."

"காதலியா? அப்போ... நான்?"

அனுவை ஏற இறங்க பார்த்த முத்தரசன், "ஏய்... அனு! இதென்ன விபரீத ஆசை! நீ என்னோட 'மாடலிங் கேர்ள்'. அவ்வளவுதான். தப்பு அனு... தப்பு." ஜன்னலோர வானம் பார்த்து பேசினான். "சரீரம் சார்ந்த காதல், யாரோடும் எனக்கு இதுவரை இல்லை. ஓவியம்தான் என் காதலி. ஓவியமே ஒரு பெண்ணாய் பிறந்திருந்தால், அவளை நான் காதலிப்பேன் என்னை அவள் காதலிக்காவிட்டாலும்!" திரும்பினான்.

அறையைவிட்டு வெளியேறிப் போயிருந்தாள் 'மாடலிங் கேர்ள்' அனு.

வன ஓவியமாய் குடிசை வாசலில் நின்றாள் செவ்வந்தி.

கையில் கம்புகளோடு ஓடைக்கரை ஏறியவர்கள், அலறல் சப்தம் கேட்டதும் அடுத்த அடி எடுத்துவைக்காமல் திகைத்து நின்றார்கள். நல்லாண்டி எல்லோரையும் கை அமர்த்தினார்.

வடக்கே இருந்து ஓடி வந்துகொண்டிருந்தான் தவசியாண்டி.
"யார்ரா... நீங்க?"

"தவசியாண்டி! நாங்க வேற யாருமில்லை. பெருநாழி ஆளுகதான்... வந்திருக்கோம்." நின்ற இடத்திலிருந்து கத்தினார் நல்லாண்டி.

●

கதவு திறந்தது

13

வடக்காட்டுப் பக்கமிருந்து, கையில் சூரிக்கத்தியோடு, ஓடி வந்தான் தவசியாண்டி. "யார்ரா... நீங்க?"

"ஏப்பா... தவசியாண்டி! நாங்க வேற யாருமில்லை. பெருநாழி ஆளுகதான் வந்திருக்கோம்." ஓடைக்கரையில் நின்று பெரியவர் நல்லாண்டி கத்தினார்.

நல்லாண்டி நின்ற இடத்திற்கும் குடிசைக்கும், ஓங்கி கத்தினால் மட்டும் காது கேட்கும் தூரம். தவசியாண்டி, குடிசைக்கும் வடக்கே வெகுதூரத்தில் ஓடி வந்துகொண்டிருந்தான். காதுகளில் நல்லாண்டியின் சப்தம் விழவில்லை.

நல்லாண்டியை தவிர்த்து, பெருநாழி ஆட்கள் யாருக்கும் தவசியாண்டியை அடையாளம் தெரியவில்லை. செவ்வந்தியின் ஒற்றை அலறல் சப்தத்திலேயே அரண்டுபோய் நின்றவர்கள், கையில் கத்தியோடு காட்டுவாக்கில் ஓடிவரும் தவசியாண்டியைக் கண்டதும் அவரவர் கைவாக்கில் நின்ற மரத்தடி, புதர்களுக்குள் பதுங்கினார்கள்.

ஒரு கனத்த மரத்தூரடியில் பதுங்கிய கணக்குப்பிள்ளை ரத்னாபிஷேகத்திற்கு பாதி உயிர் போயிருச்சு. 'வர்றவன்... கோட்டித்தனமா வர்றானே! காட்டுக்குள்ள வந்தது தப்பா போச்சே!' வாய்க்குள் அரற்றினார்.

பதுங்க இடம்பிடிப்பதில் லோட்டாவுக்கும் முனியாண்டிக்கும் தள்ளுமுள்ளு. லோட்டாவைவிட பலசாலியான முனியாண்டி, "அங்கிட்டு போடா" என, லோட்டாவின் தோளைப் பிடித்து நெட்டித் தள்ளிவிட்டார்.

செடி மறைப்புக்கு வெளியே வந்து விழுந்த லோட்டா, நெடுஞ்சாண்கிடையாக செடிகளுக்குள் பாய்ந்து, கையெடுத்துக் கும்பிட்டவாறு, "சித்தப்பூ... என்னை காப்பாத்துங்க சித்தப்பூ!" என, முனியாண்டியின் கால்களை பிடித்துக்கொண்டு கெஞ் சினான். லோட்டாவின் தலைமுடியை கொத்தாக பிடித்து செடிகளுக்கு உள்ளே இழுத்துப் போட்டார் முனியாண்டி.

"டேய்ய்! எவன்டா... என் காட்டுக்குள்ளே?" முன்னிலும் ஆக்ரோஷமாய் கத்திக்கொண்டே ஓடிவந்த தவசியாண்டி, புதிதாய் வேய்ந்த குடிசைக்குள் நுழைந்தான்.

எதிர் குடிசை வாசலில் செவ்வந்தி நின்றாள்.

கையில் இருந்த சூரிக்கத்தியை கீழே எறிந்தான். மூலையில் சார்த்தி வைத்திருந்த வேல்க்கம்பை கையில் எடுத்தான். குடிசையை விட்டு வெளியேறி, ஓடைக்கரை நோக்கி புயலாய் வந்தான்.

பதுங்கிகிடந்தவர்களின் கண்களுக்கு, ரத்தப் பசி எடுத்த காட்டு மிருகம்போல் தெரிந்தான். லோட்டாவை தவிர எல்லோரும் தவசியாண்டியின் வயதை ஒத்த ஆட்கள்தான். இருபது வருட இடைவெளியில் தவசியாண்டியின் முகம் அருந்தலாய் ஞாபகம் இருந்தது. அந்த முகத்துக்கும் இந்த முகத்துக்கும் ஒட்டலே.

'இன்னாரென தெரிந்துமா... ஆளைக் கொல்லுவான்? சொல்ல முடியாது. ஊரை வெறுத்து வெளியேறி வந்தவன் கோபம், யாரு மேலேயோ! நம்ம கையிலே ஆயுதமும் இல்லே. கணக்குப் பிள்ளை பேச்சைக் கேட்டு, தேளு, பூரானை அடிக்கிற கம்போட காட்டுக்குள்ளே வந்தது... தப்பா போச்சே!'

முண்டியடித்து முனியாண்டிக்குள் நுழைந்தான் லோட்டா. "அடேய்... லோட்டாப் பயலே! எங்கே வந்து நுழையிறே! தவசியாண்டியோட வேல்க்கம்புக் குத்துக்கு தலைப்பலி, நீ தான்டா!" எட்டி மிதித்தார்.

"சித்தப்பூ!" கண்ணீர் ஓட, கையெடுத்துக் கும்பிட்டான்.

வேல ராமமூர்த்தி | 59

எழ மறுத்து, கப்பலின் முதல் வகுப்பு அறை வாசலில் கால் பரப்பி அமர்ந்திருந்தான் துரைசிங்கம்.

"ஏய்... துரைசிங்கம். என்ன இது பிடிவாதம்? எந்திரி."

மாயழகி சொல்வதை காதிலேயே வாங்காமல், பித்துப் பிடித்தவன்போல் இருந்தான். கண்கள் இரண்டும், அகல விரித்திருந்த கால்களுக்கு இடையே நிலைகுத்தி இருந்தன.

சிவந்திருந்த வானம், சாம்பல் பூத்து, இருளத் தொடங்கி இருந்தது. பயணிகள் பலர், கடற்காற்றோடு அந்தி மயக்கத்தை அனுபவிக்க, தனித்தும் சேர்ந்தும் கப்பலின்மேல் தளத்தில் நடமாடத் தொடங்கினார்கள். காலனிய நாடுகளின் கருந்தோல் மனிதர்களை கண்டாலே அருவறுக்கும் வெள்ளைத் தோல் அதிகாரிகளே, பயணிகளில் அதிகம் பேர்.

கப்பலில் பயணிக்கும் கீழை தேசத்தவரின் திரேக நெடி, பிரித்தானியர்களை முகம்சுழிக்க வைத்தது. 'ஜாக்' கொடியை இறக்கிவிட்டு, சமீபத்தில் விடுதலையான அடிமை தேசத்தவர்களும் கோட்டு, சூட்டை மாட்டிக்கொண்டு, வெள்ளையர்களுக்குச் சமமாய் கப்பலிலும் விமானங்களிலும் ஏறிவிடுகிறார்கள்! எல்லாம்... சுதந்திரம் கொடுத்து தொலைத்ததின் விளைவு.

இந்தியக் கரை கிடக்கும் மேற்குத்திசை நோக்கி, சன்னமான அதிர்வோடு, கடல் கீறிப் போய்க்கொண்டிருந்தது கப்பல். கப்பலின் மேல் தளத்து விளக்குகள் அனைத்தும் அடுத்தடுத்து ஒளிர்ந்தன.

துரைசிங்கத்தின் முரண்டும் பிடிவாதமும் மாயழகியை அச்சுறுத்தியது.

பயண ஒழுங்கை மீறும் குற்றத்திற்காக, கப்பல் நிர்வாகிகள் எப்படி வேண்டுமானாலும் தண்டிக்கலாம். இவை எதையும் அறியாத துரைசிங்கம், கால்பரப்பி அமர்ந்து சண்டித்தனம் பண்ணிக்கொண்டிருந்தான். மாயழகி, நெஞ்சில் நெருப்பைச் சுமந்து நின்றாள்.

"துரைசிங்கம்... இந்தக் கப்பல்லே நாம் மட்டும் இல்லே. நம்மளை பிடிக்காத எத்தனையோ பேர் இருக்கான்ங்க. நிலைமை

புரியாமல் அடம்பிடிச்சா எல்லாம் கெட்டுப்போகும். இருபது வருச விரதம் வீணாப்போயிரும். நாடு திரும்பி, முடிக்கவேண்டிய காரியங்கள் நமக்கு நிறைய இருக்கு. எதுவானாலும் நம்ம கமராவுக்குப் போயி பேசுவோம்.”

தலை நிமிராமல், கண்களை மட்டும் உயர்த்தி, மாயழகியை பார்த்தான்.

குனிந்து, துரைசிங்கத்தின் தோள்களைத் தொட்டாள்.

தலை நிமிர்த்தி, திருப்பி, முதல் வகுப்பு அறைக் கதவைப் பார்த்தான். மூக்கு விடைத்து, நீர் கோத்த விழிகளின் இமைகள் ஆடின. உதடுகளுக்குள் பற்கள் நறநறத்தன.

“எந்திரி.”

கையூன்றி எழுந்தான்.

“வா...” தோள்தொட்டு முன் நகர்த்தினாள்.

தளர்ந்து நடந்தான். மனதில் உள்ளதை வெளியே சொல்ல முடியாது வாய்ப்பேச்சு இழந்துபோன ஒரு வல்லவனின் தள்ளாட்டத்தை காண, மாயழகிக்கு சகிக்கவில்லை.

‘ஏதோ... ஒன்னு இருக்குது. அது என்னன்னு தெரியலையே!’ மனசு குமைந்தவாறு நடந்தாள்.

அங்கங்கு நின்ற வெள்ளையர்கள், மழிக்கப்படாத தாடியுடனும் கழுத்துவரை தொங்கும் சிகையுடனும் இருந்த துரைசிங்கத்தையும் மலேசிய உடை தரித்த தமிழ்ப்பெண் மாயழகியையும் காட்சிப் பொருட்களாய் பார்த்தார்கள்.

கப்பலின் உள்மைய அறைகளுக்குச் செல்லும் இரும்பு ஏணி வழியாக, முதலில் துரைசிங்கம் இறங்கினான். அடுத்து மாயழகி இறங்கினாள். இரண்டு படிகள் இறங்கியவள், தற்செயலாய், முதல் வகுப்பு அறைக் கதவுப் பக்கம் திரும்பினாள். கதவு திறந்தது. அடுத்த படியிறங்காமல், இரண்டாம் படியிலேயே நின்றவாறு பார்த்தாள்.

திறந்த கதவு வழியே, டி.எஸ்.பி. ஸ்காட் வெளியே வந்தான்.

●

கடல் பிணம்

14

பொந்துக்குள் இருந்து வெளியே தலை நீட்டி, கண் உருட்டும் நாகப் பாம்புபோல், கழுத்தளவு உடல் மறைய இரும்பு ஏணிப்படியில் நின்று, கப்பல்மேல் தளத்தை நோட்டமிட்டாள் மாயழகி. தன் கண்ணையே நம்ப முடியவில்லை.

முதல் வகுப்பு அறைக் கதவை திறந்து வெளியேறி வருபவன் டி.எஸ்.பி. ஸ்காட்தானா? ஸ்காட் எப்படி இந்த கப்பலில்! நிஜமா? நிழலா? மலேசியக் காடுகளில் இருபது வருட விரதம் காத்து, சபதம் நிறைவேற்ற கப்பலேறி புறப்பட்டதும், கண்முன் இரையா! இப்படியும் நடக்குமா!

ஸ்காட் நடந்தான். கடைசியாக தனுஷ்கோடி தீவில் ஸ்காட் நடந்த அதே நடை. சந்தேகமே இல்லை. இவன், ஸ்காட்தான்.

அண்ணன் ரணசிங்கத்தையும் குடும்பத்தையும் சின்னா பின்னமாக்கி சிதறடித்தவன்; சின்ன அண்ணன் தங்கச்சாமியை சிதையில் ஏற்றியவன்; கல்யாண மாப்பிள்ளை ஆப்பனூர் திருக்கண்ணனை, எருமைகுளம் கருவக்காட்டுக்குள் துப்பாக்கி குண்டுகளுக்கு பலியாக்கி, மணவறையிலேயே தன் தாலி அறுத்தவன்; நாலு வயது சிறுவன் துரைசிங்கத்தை ஊமை ஆக்கியவன்; ரணசிங்கத்தின் கருஞ்சேனையை நிர்மூலமாக்கியவன்;

இவ்வளவுக்குப் பின்னும் அடங்காது, தன்னையும் பச்சிளம் பாலகன் துரைசிங்கத்தையும் தனுஷ்கோடி தீவில் கப்பலேற்றி, மலேசியக் காடு நோக்கி நாடு கடத்தியவன்.

வெள்ளைத் திமிர் ஏறி விளையாடிய அந்த ஸ்காட், இதோ... கப்பலில்... கண்முன்னே கடற்காற்று வாங்குகிறான். இவனைக் கண்டுதான் கொந்தளித்திருக்கிறான் துரைசிங்கம். கண்டதும் கொல்லாமல் எப்படி விட்டான்?

கீழிறங்கும் ஏணிப்படிகளை பார்த்தாள். படிகளை விட்டிறங்கி, தளர நடந்து, அறை நோக்கி போனான் துரைசிங்கம். கூப்பிட வாய் திறந்தவளுக்குள் ஒரு பொறி தட்டியது.

'சர்வதேச கடல் எல்லைக்குள் சென்றுகொண்டிருக்கும் கப்பல், இந்தியக் கரை தொட, இன்னும் மூன்று நாட்கள் ஆகும். ஸ்காட்டை கரையிறங்க விடக்கூடாது. தடயமில்லாமல், கடலுக்குள்ளேயே 'காணா' பிணமாக்க வேண்டும்.

துரைசிங்கத்தின் கண்ணுக்கு இப்போதே ஸ்காட்டை காட்டினால், இதம் பதம் தெரியாமல், எல்லோர் முன்னிலையிலும் கொன்று தீர்த்து மாட்டிக்கொள்வான். கூடாது. அவனை ஏவக் கூடாது.'

திரும்பினாள். ஸ்காட்டை காணோம். இரண்டு படி ஏறி தேடினாள்.

உடன் வந்தவர்கள் எல்லாம் மரம், செடிகளுக்குள் பதுங்கிவிட, ஒத்தையில் நின்றார் நல்லாண்டி. கையில் வேல்கம்போடு, கண்ணுமண்ணு தெரியாமல் ஓடிவரும் தவசியாண்டியை கண்டு, நெஞ்சுக்குள் கொஞ்சம் அச்சம் கொடுத்தது.

'தான், 'இன்னார்' என்பதை மறந்திருப்பானா? ஏற்கனவே ரெண்டுமுறை காட்டுக்குள் வந்து தவசியாண்டியை பார்த்திருக்கிறோமே! ஒருவேளை, தான் மட்டும் தனித்து வந்திருந்தால் உபசரித்திருப்பானோ! அவனுக்கு பிடிக்காத பெருநாழி ஆட்களோடு வந்தது தப்புதான். சரி... அதுக்குமேலே ஆனது ஆகட்டும்.' தவசியாண்டியை எதிர்கொண்டு, நிமிர்ந்த வாக்கில் நின்றார் நல்லாண்டி.

வேல ராமமூர்த்தி | 63

நல்லாண்டியின் முகம் தெரிய நெருங்கிவிட்ட தவசியாண்டி, வேல்கம்பை வீசும் தூரத்தில் நின்றான். நல்லாண்டியை தவிர பிறர் எவரும் தவசியாண்டியின் கண்ணில் படாமல் பதுங்கிகிடந்தார்கள்.

“தவசியாண்டி! நான்தான்... நல்லாண்டி வந்திருக்கேன்.”

“நீங்க சரி. உங்ககூட வந்து பதுங்கி இருக்கிறான்ங்களே! அவன்ங்க யாரு?” என்றவன், பதிலுக்கு காத்திராமல், செடிப் புதர்களுக்குள் வேல்கம்பை நுழைத்து துழாவினான். ஓங்கி ஓங்கி குத்தினான். குத்துப்பட்ட புதருக்குள் முனியாண்டியும் லோட்டாவும் பதுங்கி இருந்தார்கள். வேல்கம்பு குத்து, லோட்டாவின் முகத்துக்கு நேராக வந்தது. லோட்டா, பதுங்கியவாறு முன்னும்பின்னும் கெலித்தான். அலற, வாய் திறந்தான். முனியாண்டி, லோட்டவின் வாயை தன் இடது கையால் இறுக்கி பொத்தி, தலையை தரையோடு அமுக்கினார்.

வேல்கம்பு, கணக்குப்பிள்ளை ரத்னாபிஷேகம் பதுங்கி யிருந்த மரத்துப் பக்கம் திரும்பி துழாவியது. பிள்ளையின் வேட்டி கிழிபட்டது. கத்தி கொஞ்சம் நீண்டிருந்தால் ‘பிட்டம்’ கிழிந்திருக்கும்.

‘இதுக்கு மேலே பதுங்க முடியாதுடா சாமி! தவசியாண்டி நம்மளை கொன்னாலும் பரவாயில்லை’ என்கிற முடிவுக்கு வந்தவராய்... தலைக்கு மேல் கை கூப்பியவாறு, “தவசியாண்டி! நான்... அரண்மனை கணக்குப்பிள்ளை... ரத்னாபிஷேகம் வந்திருக்கேன். என்னை ஒன்னும் பண்ணிறாதேப்பா...” மரத்தூரை விட்டு, கண் கலங்கத் தள்ளாடி வெளியேறினார்.

‘அரண்மனை’ என்ற சொல், தவசியாண்டியின் செவிகளில் தீக்குழம்பாய் இறங்கியது. ரத்னாபிஷேகம் பிள்ளையை கண் இடுக்கி பார்த்தான். பதுங்கிகிடந்தவர்கள் ஒவ்வொருவராக தலைநீட்டி, கைகூப்பி வெளியேறினார்கள். எல்லா முகங்களிலும் தவசியாண்டியின் குத்துக்கண் பதிந்தது. ரெண்டு எட்டு நெருங்கினான்.

நல்லாண்டி, ஒரு எட்டு முன்னே வந்தார். “தவசியாண்டி! ஊரு மேலே உனக்கு என்ன கோபமோ... யாருக்கும் தெரியாது. வந்திருக்கிற நாங்க யாரும் உன் பாவத்திலே விழுந்த ஆளுக

இல்லே. இப்போ... நாங்க வந்த விபரம் என்னன்னா..."
நல்லாண்டி தொடர்ந்து பேசினார்.

கப்பலின் முகப்போரம் தன்னந்தனியே ஒரு கருப்பின இளம்பெண் நின்றாள். ஸ்காட், கையில் மதுக்குவளையுடன் அவளை நோக்கி நடந்து போய்க்கொண்டிருந்தான்.

மாயழகி, கப்பலின் மேல்தளத்தில் முழுதாய் ஏறி நின்று ஸ்காட்டை அவதானித்தாள்.

கருப்பினப் பெண்ணின் பின்னால்போய் மிக நெருங்கி நின்ற ஸ்காட், கைப்பிடிமானம் இல்லாமல் தடுமாறினான். மூக்குமுட்ட குடித்திருந்தான். வேற்று ஆள் ஒருவன் தன் பின்னால் வந்து நிற்பதை அறியாதவள், எதிர்க்காற்று முகத்தில் அடிக்க, கடல் பார்த்து நின்றாள்.

போதைக் கண்களால் பின்னழகை ரசித்தவன், அக்கம் பக்கம் அரைபாதி பார்த்துவிட்டு, பெண்ணின் பிட்டத்தில் ஒரு தட்டு தட்டினான். பதறி திரும்பியவள், ஒற்றை விரல் உயர்த்தி, "நறுக்கி விடுவேன்!" எச்சரித்துவிட்டு, 'விறுவிறு'வென நடந்தாள். உறைந்து நிற்கும் மாயழகியின் பக்கமே வந்தவள், "வெறி பிடித்த அந்த வெள்ளை நாயைத்தூக்கி கடலில் எறிய வேண்டும்" என்றவாறு கடந்துபோனாள்.

மாயழகி சுற்றுமுற்றும் பார்த்தாள். நெருக்கத்தில் ஆட்களைக் காணோம். கப்பல் முகப்போரம் தன்னந்தனியே ஸ்காட் நின்றான். நடந்தாள். நெருங்கி வருபவளைக் கண்டதும் பல்லிளித்தான். ஒட்டிக் கடந்தவள், உதட்டோரம் சிரிப்பை இழையவிட்டாள். நம்பமுடியாத சந்தோசத்தில், ஸ்காட், மதுவை ஒரே மடக்கில் விழுங்கி, காலி குவளையை கடலில் விட்டெறிந்தான்.

கப்பலோர கைபிடியில் சாய்ந்து நின்றவளை நெருங்கினான்.

●

விஷ முத்தம்

15

'ஓட்ட நறுக்கி விடுவேன்' என, ஒற்றை விரல் உயர்த்தி அந்த கருப்பினப் பெண் எச்சரித்துவிட்டுப்போன வேகத்தில், தன்னை நாடி இன்னொருத்தியா! ஒருவேளை... போதை மயக்கத்தில் உண்டாகும் பிரமையா!'

டி.எஸ்.பி. ஸ்காட், தன் கண்களையே நம்பமுடியாமல் தவித்தான். இரு கைகளாலும் கண்களை கசக்கிவிட்டு உற்றுப்பார்த்தான். எதிரே நிற்பவள், பெண்தான்.

'விரல் சொடுக்கி மிரட்டிய கருப்பழகியை காட்டிலும் இவள், நளினமாகவும் இளமையாகவும் இருக்கிறாள். சிலம்புக் கம்பாய் செதுக்கிய திரேகம். அச்சு வார்ப்பாய் மூக்கு, முழி, உதடுகள். தொடைவரை தொங்கும் கருமுடி. அதிகமாய் போனால், முப்பத்தைந்து வயதிருக்கலாம். கப்பல் மேல்தளத்து மங்கிய வெளிச்சத்தில், மேனி நிறம் புலப்படவில்லை என்றாலும் பொது நிறம்தான். இந்த வகைப் பெண்களை, இருபது வருடங்களுக்கு முன்னால் எங்கோ... பார்த்த ஞாபகம். எங்கே?'

எத்தனையோ நாட்டுப் பெண்களைப் பார்த்துவந்த ஸ்காட்டுக்கு... புலப்படத் தாமதமானது.

மாயழகியை நோக்கி ஓரடி முன்னே போனான். 'ஹ்... ஹாம்ம்! ஞாபகம் வந்து விட்டது! இவள்... ஆப்பநாட்டுக்காரிதான்.

ஆப்பநாட்டில்தான் இந்த திரேக கட்டை பார்க்க முடியும்! அங்கிருந்து இவள் எப்படி இங்கே? ஹ்ஹா... பினாங்கு தீவுக்கு பிழைக்கவந்தவளாய் இருக்கலாம்.'

தன்னையே நோக்கி வந்தவளாய், இளஞ்சிரிப்போடு நிற்கும் மாயழகியை நெருக்கத்தில் கண்டதும் ஸ்காட்டுக்கு வாய் ஊறியது. கப்பலின் மேல்தளத்தை நோட்டமிட்டான். அங்கங்கு இருந்தாலும் கிட்டத்தில் எவரும் இல்லை. கடலை கிழித்துக்கொண்டுபோகும் கப்பலின் எதிர்க் காற்று இரைச்சல் வேறு. இங்கு... யாரோடு எவர் கொஞ்சிக் குழாவினாலும், ஏன்... யாரை... எவர் கொலை செய்தாலும் யாருக்கும் தெரியாது! இரவும் பகலும் கத்திக்கொண்டிருக்கும் கடல்தான் பார்க்கும். காட்டிக் கொடுக்காது.

'இதை எல்லாம் தெரிந்துதான் அவள் இங்கே ஒதுங்கி யிருக்கிறாள். இந்த கடல் பயணத்தில் நமக்கு இப்படி ஓர் அதிர்ஷ்டமா!' பல்லை இளித்துக்கொண்டு இன்னும் ஓரடி முன்னேபோனான் ஸ்காட்.

கப்பல் முகப்போர கை பிடியில் சாய்ந்திருந்த மாயழகியின் கருங்கூந்தல், கடற்காற்று வேகத்துக்கு பறந்து, ஸ்காட்டின் முகத்தை வருடியது.

'நன்றி இறைவா!' மாயழகியை தொடும் தூரத்தில் நின்றான்.

லோட்டாவை தவிர, எல்லா முகங்களும் தவசியாண்டிக்கு தெரிந்த முகங்கள்தான். பயம் அற்றுப்போன கணக்குப்பிள்ளை ரத்னாபிஷேகம், தயங்காமல் பேசினார்.

"தவசியாண்டி! நீ ஊரைவிட்டு வந்ததோடு... நம்ம ஊரு இருளப்பசாமி கோவில் கொடை நின்னு போச்சு. அரண்மனையை, ஏதோ... ஆவி பிடிச்சு ஆட்டுது! நீ இந்தக் காட்டுக்குள்ளே அடிக்கிற கோடாங்கிச் சத்தந்தான்... ஆவியா நுழைஞ்சு அரண்மனையை ஆட்டுதுன்னு... ஊருக்குள்ளே பேச்சு! நீ வெளியேறி வந்ததிலேதான் அந்த மர்மம் அடங்கியிருக்குங்கிறது மட்டும் தெரியும். அதுக்கு மேலே எதுவும் தெரியாத பெருநாழி சனம், சாபம் சுமக்குது!"

நல்லாண்டி தொடர்ந்தார். "பெருநாழியிலே பொண்ணு எடுக்கவோ... பொண்ணு குடுக்கவோ... வெளியூர்க்காரன் எவனும் வர மாட்டேங்கிறான். ஊருக்குள்ளேயே ஒன்னுக்குள்ளே ஒன்னு சம்பந்தம் பண்ணி பிறக்கிற நெறைய குழந்தைகள், ஊனமா... பெறக்குது."

எங்கோ பார்த்தவாறு நின்ற தவசியாண்டி, திரும்பி ரத்னாபிஷேகம் பிள்ளையை பார்த்தான்.

"ஒரு தலைமுறைச் சனம் குலசாமி கோவில் திருவிழாவையே பார்க்கலே! சாமியாடி இல்லாமல் நடக்கிற கொடை, தாலி இல்லாமல் நடக்கிற கல்யாணத்துக்குச் சமம். ஊர் பிழைக்கணும்னா... இந்த வருசம் கோவில் திருவிழாவை நடத்தணும். எங்க காலம் எப்படியோ ஓடிருச்சு. சின்னஞ்சிறுசுகள் சேதாரமில்லாமல் இருக்கணும். ஊரைப் பிடிச்ச இந்த சாபம் தீர்றது... உன் கையிலேதான் இருக்கு தவசியாண்டி. உனக்கு, யார் மேலே... என்ன கோபம் இருந்தாலும்... குலதெய்வம் இருளப்பசாமிக்காக நீ வந்து திருவிழாவை நடத்திக்கொடுக்கணும்."

தவசியாண்டி, ஏதோ யோசனையில் இருப்பதை கவனித்த கணக்குப்பிள்ளை, "தவசியாண்டி, நீ என்ன நிபந்தனை விதிச்சாலும் நாங்க சம்மதப்படுறோம்." என்றார்.

"ரெண்டே ரெண்டு நிபந்தனைதான். இனிமேல் எக்காரணம் கொண்டும் நீங்க யாரும்... இந்தக் காட்டுக்குள்ளே வரக்கூடாது. ரெண்டாவது, நான் அரண்மனைக்குள்ளே வரமாட்டேன்." தீர்க்கமாய் சொன்னான்.

நல்லாண்டி முந்தினார். "சம்மதம்ப்பா... சம்மதம்! இனிமே நாங்க யாரும் இந்தக் காட்டைப் பக்கம், தலை வச்சுக்கூட படுக்கமாட்டோம். நீ கோவிலுக்கு வந்து கொடையை நடத்திக்கொடுத்தால்போதும். அரண்மனைக்குள்ளே வர வேண்டாம்."

இரும்பு ஏணிப்படிகளை விட்டிறங்கி, அறை நோக்கி நடந்த துரைசிங்கம், பூட்டிக்கிடந்த வாசலில் நின்றான். அறைச் சாவி மாயழகியிடம் இருந்தது. தன் பின்னால் அத்தை மாயழகியும் நடந்துவருவதாக நினைத்திருந்தான். உணர்ச்சியற்று

நின்றுகொண்டிருந்தவன், திரும்பி பார்த்தான். மாயழகியை காணோம். இங்கிருந்தே ஏணிப்படி வரை பார்த்தான். காணோம். துணுக்குற்றவன் ஓடினான். ஏணிப்படிகளில் 'விறுவிறு'வென ஏறினான். கப்பல் மேல்தளத்துக்கு வந்து, சுற்றுமுற்றும் பார்த்தான். வெளிச்சம் படர்ந்த இடங்களில் யார் யாரோ நின்றார்கள். மாயழகியை காணோம். பேதலித்தவனாய்... முன்னும்பின்னும் நடந்தான்.

தவசியாண்டி குடிசை நோக்கி நடந்தான். கணக்குப்பிள்ளை, நல்லாண்டி வகையறாக்கள் பெருநாழி நோக்கி காட்டுக்குள் நடந்தார்கள்.

கணக்குப்பிள்ளை ரத்னாபிஷேகத்துக்கு ஏதோ... உறைத்தது. 'அரண்மனைக்குள்ளே நுழையமாட்டேங்கிற இதே வார்த்தையைதானே... சென்னைப் பட்டணத்திலே வெள்ளையம்மா கிழவியும் சொன்னாங்க! தவசியாண்டியும் சொல்றானே!' நினைப்பை முழுங்கிக்கொண்டார்.

தவசியாண்டியின் நடையில் துள்ளாட்டம் தெரிந்தது. 'இரை சிக்கிருச்சு! நம்ம கோடாங்கிக்கு மனுசத் தோல் மாட்டிற வேண்டியதுதான்!'

துரைசிங்கம் கொதித்துப்போய் நின்றான். 'கப்பல் முகப்போரம், நம் கண்முன் நிற்பவள், அத்தை மாயழகியா! ஸ்காட்டை கட்டிப்பிடித்து முத்தமிட்டுக்கொண்டு!' கூசும் கண்களை மூடினான். தகப்பன் ரணசிங்கத்தை நினைத்து குமுறிகுமுறி அழுதான். 'அப்பா! உங்க தியாகம் எல்லாம் வீணாபோச்சே அப்பா! நான் இருந்த இருபது வருச வனவாசம்... இதைப் பார்க்கவா? உங்க தங்கச்சி இவ்வளவு கேடு கெட்டவளா! ச்சேய்ய்...' கண்களை திறந்தான்.

தன்னை முத்தமிடும் மயக்கத்தில் மதி கிரங்கிய ஸ்காட்டை, இரண்டு கைகளாலும் தலைக்கு மேல் தூக்கி, இடது கைவாக்கில் கடலுக்குள் விட்டெறிந்த மாயழகி, காற்றில் ஆடிய கூந்தலை வளைத்து, கோடாலிக்கொண்டை இட்டாள்.

எப்போ... வர்றான்?

16

கடல் நீர் சுழித்து இழுத்த இழுப்பில், கப்பலின் அடிவாரத்தில் மோதிச் சிதறுண்டு, சல்லி சல்லியானான், டி.எஸ்.பி.ஸ்காட்.

அதிகாரத்தின் உச்சத்தில் கோலோச்சிய நாட்களில், தான் போய் கால் வைத்த அடிமை தேசத்து பெண்களை எல்லாம் கருச் சுமக்க வைத்தவன், சதை சதையாய் பிய்த்தெறியப்பட்டான்.

பலாத்காரம் பண்ணி கரும்புள்ளி குத்தியவனின் சதையை ருசிக்க, ஆஃப்ரிக்க கண்டத்து கென்ய நாட்டு திமிங்கலங்கள், கீழைக் கடலின் சுறாக்கள், இலங்கை, பர்மிய திருக்கைகள் என சர்வதேசத்து மீன்களும் வங்காள விரிகுடாவுக்கு படை படையாய் அணிவகுத்தன. வந்த மீன்களும் ஸ்காட்டின் சதையை உண்ண வந்த மீன்கள் அல்ல. கடிக்க வந்த மீன்கள். வெள்ளைச் சதையை விழுங்கவில்லை. கடித்துக் குதறி, துப்பின.

கூந்தலை அள்ளி முடிந்து கோடாலிக்கொண்டை இட்ட அத்தை மாயழகியை, எட்ட நின்று பார்த்துக்கொண்டிருந்தான் துரைசிங்கம். ரத்தம் குடித்த அதிகாரியை கடலில் தூக்கி வீசிக்கொன்றுவிட்டு, ஏதும் அறியாதவள்போல் எங்கோ பார்த்துக்கொண்டு நின்றாள். விரி கடலையும் இருள்வானையும் அடைத்து விஸ்வரூபம் எடுத்து நின்றாள்.

மாயழகியின் திசை நோக்கி மண்டியிட்டான்.

ஸ்காட்டின் ஜலசமாதியை கடந்து, கப்பல் வெகுதூரம் வந்திருந்தது. 'கொலைத் தடயம் எதுவும் இல்லாமல் ஒழிந்தான் ஸ்காட்' என்பதை உறுதிசெய்து கொண்டவள், வாய் நிறைய எச்சில் குவித்து, கடலுக்குள் பிணம்போன போக்கில் காரித் துப்பினாள். அலுங்காமல் நடந்துவந்தாள். எதிரே மண்டியிட்டிருந்த துரைசிங்கத்தின் தலையில் கைவைத்து முடி கோதினாள்.

துரைசிங்கம், அத்தையின் பாதம்தொட்டு கண்களில் ஒற்றினான்.

"எந்திரி..." என்றாள்.

எழுந்தவனை அணைத்துக்கொண்டு இரும்பு ஏணிப்படி நோக்கி நடந்தாள்.

நடந்துகொண்டே துரைசிங்கத்தை ஏறிட்டாள்.

"இரை, கை மாறிருச்சேன்னு வருத்தமா? உன்னோட இரை, கரையிலே காத்திருக்கு. ரெண்டு நாள் பொறு" என்றவாறு ஏணிப் படி இறங்கினாள்.

அரண்மனைக்குள் உற்சாகமாக நுழைந்தார் கணக்குப்பிள்ளை ரத்னாபிஷேகம். செண்பகத்தோப்புக்குபோய் திரும்பிய பெருநாழி ஆட்கள் எல்லோரும் பின் தொடர்ந்தார்கள்.

காட்டுக்குள் போய்விட்டு உயிருடன் திரும்புவோமா? என்ற அச்சத்தில் இருளடித்துப் போயிருந்த லோட்டா, அரண்மனை எல்லையை மிதிக்கவும் தலை சிலுப்பி நடந்தான். முனியாண்டியின் கண்ணெல்லாம் லோட்டாவின் சிலுப்பலின்மேல் இருந்தது. முந்தி எட்டு வைக்கிற சாக்கில் லோட்டாவின் காலை இடறி விட்டார். தடுமாறி நிமிர்ந்தவன், "சித்தப்பூ... அதெல்லாம் காட்டுக்குள்ளே வச்சுக்கிறணும். அரண்மனைக்கு, நான் செல்லப் பிள்ளை! மகனை மதிச்சு நடக்கணும். மிதிச்சு நடக்கக்கூடாது" என்றவன், பின் முடியை கோதிவிட்டான்.

"பெரிய புலவரு! அடுக்கு மொழியிலே பேசுறாரு! உன்னை காட்டுப் பாம்பு கொத்த விட்டிருக்கணும்டா..." லோட்டாவின் இடுப்பில் ஒரு கிள்ளு கிள்ளினார் முனியாண்டி.

தலைவாசல் திறந்து எல்லோரும் உள்ளே நுழைந்தார்கள். அரண்மனையின் பிரமாண்டமான மைய மண்டபத்தில், கால்மேல் கால்போட்டு அமர்ந்திருந்தான் உடையப்பன்.

வந்திருப்பவர்களில் கணக்குப்பிள்ளை, லோட்டா தவிர்த்து, யாரும், இதுநாள்வரை இந்த மைய மண்டபத்தை பார்த்தவர்கள் இல்லை.

இடுப்போடு குனிந்து எல்லோரும் உடையப்பனை வணங்கினார்கள்.

"போனது என்னாச்சு?" கணக்குப்பிள்ளையை மட்டும் பார்த்துக் கேட்டான் உடையப்பன்.

"தவசியாண்டி, சம்மதிச்சிட்டான் அரண்மனை."

முழியை உருட்டினான். "நீங்க போய் கேட்டதும் சம்மதிச்சிட்டானா!"

எல்லோரும் மௌனமாய் ஒருவரை ஒருவர் பார்த்தார்கள்.

"டேய்... லோட்டா! நீ உள்ளதைச் சொல்லு... அவன் என்ன சொன்னான்?"

தன் தலையில் பாரம் விழும் என எதிர்பாராத லோட்டா, "அது... வந்து அரண்மனை" இழுத்தான்.

இல்லாதது பொல்லாததை லோட்டா சொல்லிவிடுவான் எனப் பதறிய நல்லாண்டி, "அது... வேற ஒன்னுமில்லே அரண்மனை. குலசாமி கோவிலைக் கும்பிடாததுனாலே, ஊரு அனுபவிக்கிற இன்னல் இடைஞ்சல்களை எடுத்துச் சொன்னோம். தவசியாண்டி உடனே ஒத்துக்கிட்டான்" என்றார்.

உடையப்பன் எழுந்து, ஏதோ யோசனையில் முன்னும்பின்னும் நடைபோட்டான்.

"ஊருக்குள்ளே எப்போ... வர்றான்?"

"நாளைக் காலையிலே வந்துருவான்."

கணக்குப்பிள்ளையை பார்த்து, "கொடையை சீரும் சிறப்புமா... நடத்துங்க. செலவை பத்தி யோசிக்க வேணாம்" என்ற உடையப்பன், 'நம்ம வண்டவாளம் தெரிஞ்ச ஒரே

சாட்சி வந்து சிக்குறான். கதையை முடிச்சிறணும்' மனக்கணக்கு போட்டான்.

பொழுது விடிந்து வெகுநேரம் கழிந்திருந்தது. சர்வதேசக் கடற் பரப்பில் சஞ்சரித்த கப்பல், இந்தியப் பெருங்கடல் எல்லைக்குள் நுழைந்தது. இங்கிலாந்து தேசத்துக்கு சொந்தமான கப்பலின் உச்சியில் இதுவரை 'கிரேட் பிரிட்டன்' கொடி மட்டும் பறந்தது. சர்வதேச சட்டப்படி, இந்தியப் பெருங்கடல் எல்லைக்குள் நுழைந்ததை உணர்த்தும் வண்ணம், இந்திய தேசியக் கொடியும் ஏற்றப்பட்டது.

இரவு ஏறிய போதை, இன்னும் இறங்காத சைமன், தடுமாறி எழுந்தான். கண் விழித்ததும் ஸ்காட்டின் ஞாபகம் வந்தது. 'நேற்று நடுநிசி தாண்டியும் ஸ்காட்டின் அறை பூட்டியே இருந்ததே!'

முகம்கூட கழுவாமல், அறையை விட்டு வெளியேறி, ஸ்காட்டின் அறைக்குப் போனான். பூட்டியே கிடந்தது. 'ஸ்காட்டை எங்கே காணோம்?' சாப்பாட்டுக் கூடம் நோக்கி நடந்தான். ஓரிரு வெள்ளைக்காரர்கள் தேநீர் அருந்திக்கொண்டிருந்தார்கள். 'ஸ்காட்டை பார்த்தீர்களா?' 'இல்லை.' 'நேற்று இரவு முதல் ஸ்காட்டைக் காணோம். பார்த்தீர்களா?' 'இல்லையே.' விசாரித்துக்கொண்டே, முதல் வகுப்பு பொறுப்பதிகாரியின் அறைக்கு வந்து சேர்ந்தான். 'காணோமா?' 'ஆமாம். நேற்று இரவிலிருந்து ஸ்காட்டை காணோம்.'

செய்தி, கப்பல் முழுக்க தீயாய் பரவியது. சிப்பந்திகள், கப்பல் முழுக்க அலசினார்கள். எங்கும் காணோம்.

ஒரு அதிகாரி சொன்னான். "நேற்று மாலை, முதல் வகுப்பு அறை வாசலில், பைத்தியம் பிடித்தாற்போல் ஒருவன் அமர்ந்திருந்தான். அவனுடன் ஒரு பெண்ணும் இருந்தாள். இருவரும் இந்தியர்கள். ஏதோ பிடிவாதத்தில் அவன் அமர்ந்திருந்தான். அவள், அவனை சமாதானம் பண்ணிக்கொண்டிருந்தாள். நான்கூட இருவரையும் கண்டித்துவிட்டுப் போனேன். அவர்களை விசாரியுங்களேன்."

கப்பல் சிப்பந்திகள், மாயழகியின் அறை நோக்கி ஓடி வந்தார்கள்.

●

ஏன் சிரிக்கிறே..?

17

வெள்ளையம்மா கிழவியின் தொண்டையில் முட்டி நிற்கும் வார்த்தை, வெளியேற மாட்டேன் என்கிறது.

எதிரே அமர்ந்திருந்தவளைப் பார்த்து பேரன் முத்தரசன் கேட்டான், "சொல்லுங்க பாட்டி... எங்கே போறீங்க?"

"ஊருக்கு."

"எந்த ஊருக்கு?"

"நம்ம ஊருக்கு."

"நம்ம ஊருன்னா?"

"பெருநாழி."

"அங்கே யாரு இருக்கிறாங்க?"

வெள்ளையம்மா கிழவியால் பதில் சொல்ல முடியவில்லை.

"சொல்லுங்க பாட்டி... அங்கே யாரு இருக்கிறாங்க?"

"உன்னோட..." விழுங்கினாள்.

"என்னோட!" புருவம் நெறிய கேட்டான்.

"நம்மளோட சொந்த பந்தங்கள்."

“இருபது வருசமா... எந்த சொந்த பந்தத்தையும் என் கண்ணிலே காட்டலையே!”

வார்த்தைகளின்றி மௌனமாய் அமர்ந்திருந்தாள்.

உற்றுப் பார்த்தவன், சிரித்துக்கொண்டே எழுந்தான். வெள்ளையம்மா கிழவியின் மட்டத்துக்கு குனிந்து, நேருக்கு நேராக கண்களைப் பார்த்து, “ஏன் ஒரு மாதிரியா இருக்கீங்க? நீங்க ஊருக்கு போக வேணாம்ன்னு நான் சொன்னேனா? பத்திரமா போயிட்டு வாங்க” என்று சொல்ல வந்ததை முடிக்காமல் இடையிலேயே நிறுத்தியவன், “அதென்ன பாட்டி... எல்லோரும், ‘பத்திரமா... போயிட்டு வா’ ‘பத்திரமா... பார்த்துக்கோ’ ‘பத்திரமா இருக்கணும்ன்னு சொல்றாங்க! ‘பத்திரம்’னா... ‘சொத்து டாக்குமெண்ட்’தானே பாட்டி?” என்றான்.

பதில் தெரியாமல் வெள்ளையம்மா விழித்தாள்.

“அதாவது, சொத்துப் பத்திரம் நம்ம உயிருக்கு சமமாம்! சொத்துக்கு அவ்வளவு மரியாதையா!” குழந்தையாய் பேசியவன் திரும்பினான். எங்கோ பார்த்தவாறு, “நமக்கு ஏதும் சொத்து இருக்குதா பாட்டி?” என்றான்.

வாய் திறக்க முடியாத வேதனையுடன், ‘சொத்து இருக்குதாவா! ஆப்பநாட்டிலே பாதி சொத்துக்கு சொந்தக்காரன் நீ! ஆனால் அந்த சொத்து, நீ... அனுபவிக்கமுடியாத சொத்து’ என உள்ளுக்குள் குமைந்தாள்.

வெள்ளையம்மாவின் கலங்கிய கண்களைக் கண்டு திடுக்கிட்டவன், “என்ன பாட்டி! எதற்கெடுத்தாலும் அழுகை தானா? கௌம்புங்க. நான் உங்களை ரயில் ஏத்தி விட்டுட்டு வர்றேன்” பின்புறமாய் வந்து தோள்களை தொட்டான்.

படுக்கையில் விழித்தவாறு படுத்திருந்தான் துரைசிங்கம். மாயழகி, குளியலறைக்குள் இருந்தாள்.

கப்பல் சிப்பந்திகள், அறைக் கதவை மெதுவாக தட்டினார்கள். பிறகு ஓங்கி ஓங்கி குத்தினார்கள்.

துரைசிங்கம் எழுந்துவந்து கதவை திறந்தான். வாசலில் நிற்கும் சிப்பந்திகளை ஏற இறங்க பார்த்தான். ஊமை மொழியில், 'என்ன வேணும்?' என்றான்.

சிப்பந்திகள், தமக்குள் ஒருவரை ஒருவர் பார்த்துக்கொண்டார்கள். அவர்களில் ஒருவன். "அறையில் வேறு யார் இருப்பது?" என்றான்.

துரைசிங்கம், சைகையில் சொன்னான். புரியாமல் விழித்தார்கள். வாசலில் நின்றவர்கள், அறைக்குள் நுழைந்தார்கள்.

"இந்தியாவுக்கு போறீங்களா?"

'ஆமாம்' என தலையை ஆட்டினான்.

"இந்தியாவிலே எங்கே?"

துரைசிங்கத்தின் கைகள் ஆடிய நாட்டியத்தில் குழம்பினார்கள். குளியல் அறைக் கதவை திறந்து மாயழகி ஈரத் தலையை வெளியே நீட்டியதும் துணுக்குற்றவர்கள், "மன்னிக்கணும் மேடம்" என்றவாறு, அறையைவிட்டு வெளியேறி, வாசலில் நின்றார்கள்.

"சொல்லுங்க... என்ன வேணும்?" என்றாள்.

சிப்பந்திகளில் ஒருவன், "மேடம்... இவரு யாரு?" என, துரைசிங்கத்தை காட்டி கேட்டான்.

"என் மருமகன். ஏன் கேக்குறீங்க?"

"ஊமையா?"

"ஆமாம். அதோடு, கொஞ்சம் புத்தி சுவாதீனம் இல்லாதவன். வைத்தியம் பார்க்கத்தான் இந்தியாவுக்கு அழைச்சிட்டுப் போறேன். வயசு இருபத்தஞ்சு ஆகப் போகுது. ஆனால் குழந்தைமாதிரி. சின்னச் சின்ன விசயத்துக்கெல்லாம் அடம்பிடிப்பான். நேத்து ராத்திரிகூட, 'கடலை பார்த்துக் கொண்டே... மேல் தளத்திலேதான் உறங்குவேன்,' என பிடிவாதம் பண்ணினான். சமாதானம் பண்ணி கீழே அழைத்து வர பெரும் பாடுபட்டேன்! அது சரி, ஏன் இந்த விசாரணை?" ஈரக் கூந்தலை துண்டால் துவட்டிக்கொண்டே கேட்டாள்.

"நம்ம கப்பல் பயணி ஒருவரை, நேற்று இரவிலிருந்து காணோம்."

"அப்படியா?" கூந்தலை துவட்டுவதை நிறுத்திவிட்டு அதிர்ச்சியுடன் கேட்டாள்.

"பெரிய போலீஸ் அதிகாரி. பெயர், ஸ்காட்."

"வெள்ளைக்காரரா?"

"ஆமாம். நேற்று இரவு, மிச்சமான போதையில் இருந்திருக்கிறார். கப்பல் மேல் தளத்தில் காற்று வாங்கிகொண்டிருந்த ஒரு கருப்பினப் பெண்ணிடம் தகாத முறையில் நடக்க முயன்றிருக்கிறார். அவள் பாவம்... சொல்லி சொல்லி அழுகிறாள்."

"அவருக்கு வயது என்ன இருக்கும்?"

"ஐம்பத்து ஐந்து."

"ஒருவேளை, போதையில் தடுமாறி..." இழுத்தாள்.

"அப்படித்தான் இருக்கும்" என்றவன், சக சிப்பந்தியை பார்த்து, "கால் இடறி கடலில் விழுந்திருப்பார்" என்றான்.

"அய்யோ... பாவம்!" என்றாள் மாயழகி.

"தொந்தரவுக்கு மன்னிக்கணும் மேடம்" என்றபடி இரண்டு சிப்பந்திகளும் நகன்றார்கள்.

துரைசிங்கத்தின் கையை பிடித்து உள்ளே இழுத்த மாயழகி, அறைக் கதவை பூட்டினாள். இமைகளை அகல விரித்து, அத்தை மாயழகியை வியந்து பார்த்த துரைசிங்கம், மெல்ல மெல்ல சிரிக்க கிளம்பினான். இரண்டு கைகளாலும் அடி வயிற்றைப் பிடித்துக் கொண்டு குலுங்கி குலுங்கி சிரித்தான்.

துரைசிங்கத்தை அடிக்க கை ஓங்கிய மாயழகி, "ஏய்... ஏன் சிரிக்கிறே! ஏன் சிரிக்கிறே!" என்று சொல்லிக்கொண்டே கண்ணீர் வர சிரித்தாள்.

சாட்சியை அழிக்கணும்

18

பந்தக்கால் ஊன்றி, காப்பு கட்டியதிலிருந்து, ஊருக்குள்ளே கள்ளு, சாராயப் புழக்கமில்லை; கால் அதிரும் நடை இல்லை; காது அதிரும் பேச்சு இல்லை.

எல்லா ஆண்களும் வலது கையில் மஞ்சள் காப்பு கட்டி, பக்தி பழுத்துப்போய் இழைந்து திரிந்தார்கள்.

பெண்கள் எல்லாம் மஞ்சள் சேலையில் அதிகாலைக் குளியலாடி, நீர் சொட்டச் சொட்ட, நுனி முடியில் கொண்டை இட்டிருந்தார்கள்.

இளவட்டங்கள், பத்து நாள் தாடியை சொரிந்துகொண்டு அலைந்தார்கள். புஷ்பவதி ஆகாத ஏழு பெண் குழந்தைகளை 'பேச்சியம்மன்' ஆக்கி, கூனிக் கிழவி வீட்டுமுன் நித்தமும் ஊர்கூடி பாத பூஜை செய்தார்கள். நாராயணத்தேவர் வீட்டு சனிமூலை இருட்டுக்குள் நூறு, இருநூறு முளைப்பாரிகள் வளர்ந்துகொண்டிருந்தன. இந்த வருட முளைப்பாரி எக்குப் போட்டு வளர்வதை பார்த்தால், 'நல்ல மழை பெய்து, நாடு செழிக்கும்' என்பதில் அட்டி இல்லை. 'நாடு செழிக்குதோ... இல்லையோ. நம்ம ஊரைப் பிடிச்ச பீடை விலகணும். அதுபோதும்,' என்பதுதான் ஊர்க் கணக்கு.

எவர்விட்ட சாபமோ! பதினேழு, இருபது வருடங்களாக ஊர் பட்டழிந்துவிட்டது. ஏதோ... இருளப்பசாமி புண்ணியத்திலே இந்த வருசம் எல்லாம் கூடி வருது. சாமி குத்தம் இல்லாமல் நல்லபடியாக நடத்தி முடிக்கணும்.

கணக்குப்பிள்ளை ரத்னாபிஷேகம், ஊண், உறக்கமின்றி ஈசலாய் அலைந்தார். அத்தனை சுமையும் அவர் தலையில் ஏறிக்கிடந்தது. அரண்மனைச் சேவகத்தில் சிக்கித் தவிக்கும் தன்னைச் சுற்றிலும் ஐந்து தலை நாகமாக, திசைக்கொரு நாக்கு நீண்டு கழுத்தை வளைக்கிறது.

தலைக்கு மேல் தொங்கும் கத்தியாக, உடையப்பன் மிரட்டுகிறான். சென்னைப் பட்டணத்தில் இருக்கும் வெள்ளையம்மா கிழவி ஒருபக்கம் உத்தரவிடுகிறாள். செண்பகத் தோப்புக் காட்டுக்குள் இருக்கும் தவசியாண்டி மறுபக்கம் 'தண்ணி' காட்டுகிறான். கண்முன்னே, பெருநாழி கிராமம். முதுகுக்குப் பின்னே, தன்பெண்டு பிள்ளைகள்.

எவர் மனதும் கோணாமல் இசைவாய் காய் நகர்த்தி காரியத்தை முடிக்கவேண்டிய பொறுப்பு ரத்னாபிஷேகம் பிள்ளையின் தலையில் விழுந்து கிடக்கிறது.

இடையில் வந்து அரண்மனையோடு ஒட்டிக்கொண்ட 'லோட்டா'வும் ஒரு வகையில் கணக்குப்பிள்ளைக்கு ஒத்தாசையாக இருந்தான். ஏவிய காரியங்களுக்கு எல்லாம் ஓடி, நடந்து ஊழியம் செய்யும் லோட்டா, தன்னைத்தானே 'பாதி அரண்மனை'யாக நினைத்துப் பூரித்துப் போயிருந்தான். இந்த நினைப்பே, கணக்குப்பிள்ளையின் பாதி சுமையை இறக்கியது.

"லோட்டா... அரண்மனைக்குள்ளே என் ஊழியம், இன்னும் எம்புட்டு நாளைக்கோ... தெரியலே. எனக்குப் பின்னாடி, உனக்குத்தான் அந்த பாக்கியம் கிடைக்கப் போகுதுன்னு நினைக்கிறேன். என் கண்ணுள்ளபோதே அரண்மனை நெளிவு சுளிவுகளை கத்துக்கோ..." என அவ்வப்போது லோட்டாவுக்கு 'உருமா' கட்டி விடுவார்.

லோட்டா, கணக்குப்பிள்ளை சொல்வதையும் தாண்டி யோசித்தான். 'உங்களுக்கு பின்னாடி 'கணக்குப்பிள்ளை' உத்தியோகம் மட்டுமா என் கைக்கு வரப் போகுது? உடையப்பனுக்குப்

பின்னாடி 'அரண்மனை' பட்டமே எனக்குத்தான்! வாரிசு இல்லாத சொத்துதானே? என் தலைவிதி இப்படி இருக்கும்போது, எவன் தடுக்கமுடியும்?' என்கிற நினைப்பில் செட்டையை தூக்கிக்கொண்டு, உறங்காமலே கனவுகளோடு அலைந்தான்.

இருபதுக்கு மேற்பட்ட அரண்மனைச் சேவகர்களுக்கு இப்போதெல்லாம் லோட்டாதான் மேஸ்திரி. இவ்வளவு பேரில் ஒரே ஒருத்தன் மட்டும் லோட்டாவை மதிக்கிறதில்லை.

அவன் பேரு, கூழு. காதில் கடுக்கண் அணிந்திருப்பான். நெற்றியில் குங்குமப் பொட்டு. இடுப்புக்கு கீழே இறங்காத, அடர் வண்ண ரவிக்கை போன்ற ஆம்பளை சட்டை. கொசுவம் வைத்துக்கட்டிய கைலி. வாய் நிறைய வெற்றிலைக் குதப்பல். இடுப்பை முழங்கைகள் உரச, இடமும் வலமும் புட்டம் ஆடும் நடை. உடையப்பனின் அந்தரங்கப் பட்சி. அரண்மனைக்கு வைப்பாட்டிகள் ஏறி வரும் நீல வண்ணக் கூட்டு வண்டியில் இம்மி தூசு தங்கவிடமாட்டான். பளபளக்க துடைத்துக்கொண்டே இருப்பான்.

ஊருக்குள் காப்புக் கட்டியதிலிருந்து கூழுக்கு வேலை இல்லை. இன்னும் ரெண்டே நாள். திருவிழா முடியவும் கூட்டு வண்டிக்கும் கூழுக்கும் வேலை வந்துரும்.

அரண்மனைக்குள்ளே லோட்டாவுக்கு பேச்சு துணை கூழுதான். வலிய பேச்சுக்கு இழுத்தான். "ஏப்பா... கூழு, ஏழெட்டு நாளா... அரண்மனை கடுமையான விரதத்திலே இருக்காரோ?" என்றான்.

வெற்றிலை நாக்கால் உதடுகளை துழாவிக்கொண்டே, லோட்டாவின் உச்சந்தலை முதல் உள்ளங்கால்வரை ரெண்டுமுறை ஏற இறங்க நோட்டமிட்ட கூழு, "கூட்டு வண்டிக்குத்தான் வேலை கிடையாது. பாட்டிலும் கிளாஸும் எப்பவும்போல உருளுது!" வாயை குணட்டினான்.

"என்னது! பாட்டிலு உருளுதா? அப்புறம் என்ன விரதம்?"

"எனக்கென்னமோ... இது, சாமி விரதமா தெரியலே. ஏதோ சபதத்தை நிறைவேத்தப் போற ஆங்காரமும் வெறியும்தான் தெரியுது. போதையிலே தினமும் புலப்பம்தான். 'உயிரோட

இருக்கிற ஒரே சாட்சியை அழிக்கணும். ஒரே சாட்சியை அழிக்கணும்ன்னு புலம்புறாரு. பத்தாம் நாள் திருவிழாவிலே யாரு தலை உருளப் போகுதோ... தெரியலே." சொல்லிவிட்டு கூழு நாலு திக்கும் பார்த்தான்.

"அடேய்... லோட்டா... அங்கே என்னடா புரணி? வாடா இங்கே." உள்ளே இருந்து குரல் கேட்டது.

"இந்தா... வர்றேன் அரண்மனை" பதறி விழுந்தடித்து ஓடினான் லோட்டா.

தனுஷ்கோடி துறைமுகத்தில் ஒதுங்கியது கப்பல்.

பயணிகள் ஒருவர் பின் ஒருவராக இறங்கினார்கள்.

வரவேற்க வந்து கரையில் நிற்கும் கூட்டம், அவரவரின் விருந்தாளிகளைக் கண்டதும் உற்சாகத்தில் கை அசைத்தார்கள்.

பிறந்த மண்ணைவிட்டு வெளியேற்றப்பட்டபோது கன்னியாய் இருந்த மாயழகியையும் பாலகனாய் இருந்த துரைசிங்கத்தையும் இருபது வருடங்கள் கழித்து அடையாளம் காணஇயலாமல் தவித்துப்போய் நின்றான் தவசியாண்டி.

●

இருபத்தி ரெண்டாவது வெட்டு

19

உடையப்பனின் குரல்கேட்டு அரண்மனைக்குள் பதறி ஓடிய 'லோட்டா' நுழைவு வாசல் படிஇடறி விழுந்தான்.

"டேய்... லோட்டா!"

மறுபடியும் அரண்மனையின் குரல் கேட்டதும் லோட்டாவுக்கு ஈரல் குலை அறுந்து விழுந்ததுபோல் இருந்தது.

அரண்மனை, எவரையும் ஒரு தடவை பெயர் சொல்லி அழைப்பதே அபூர்வம். கணக்குப்பிள்ளை ரத்னாபிஷேகத்தைகூட, "கணக்கு" என எப்போதாவது கூப்பிடுவதுண்டு. அதற்கே கணக்குப் பிள்ளையின் திரேகம் ஆடிப் போகும். அரண்மனையின் கண் ஜாடையை புரிந்துகொண்டு காரியமாற்றுவார். துளி பிசகாது. அந்த சாமர்த்தியம் உள்ளவன்தான் அரண்மனைக்குள்ளே காலம் தள்ளமுடியும்.

'நேத்து வந்த பயல் நான். நம்ம பேரை ரெண்டுதடவை உச்சரிக்கிறாருன்னா... சனியன் சடைப் போட்டு, உச்சந்தலையிலே ஏறி உக்காந்துட்டான்! நம்ம சீட்டு கிழியப் போகுது. சீட்டுக் கிழிஞ்சாலும் பரவாயில்லை... ஓடி தப்பிச்சு பிழைச்சுக்கிறலாம். உசுரு தப்பிக்குமான்னு தெரியலையே! அரண்மனை... விரதம் இருந்தா என்ன?

இல்லாட்டி நமக்கென்ன? எங்கே போனாலும் நாக்குச் சனி, நம்மளை விடுதில்லையே! எல்லாம்... கூழுப் பயலாலே வந்த வினை.'

முன் வேட்டியை தூக்கிப் பிடித்துக்கொண்டு ஓடி, உடையப்பன் முன் வாய் பொத்தி நின்றான்.

"கூழுப் பயலோடு உனக்கென்னடா... பேச்சு?"

"நான் பேசலே அரண்மனை. அவன்தான்" தலைக்குமேல் கும்பிட்டான்.

"என்ன சொன்னான்?"

"அது வந்து அரண்மனை" வாய் வறண்டது.

கண் குத்திப் பார்த்தான் உடையப்பன்.

"திருவிழா ஏற்பாடுகளை பத்தி கேட்டான் அரண்மனை."

லோட்டா சொல்வதை நம்பாத உடையப்பன், திரும்பாமலே, "அரண்மனைச் சேவகம், அம்புட்டு லேசு இல்லைடா லோட்டா. இங்கே ஆயிரம் அந்தரங்கம் இருக்கும்; ரகசியங்கள் இருக்கும். இங்கே இருந்து, அரண்மனைச் சொத்து மட்டுமில்லை; அரண்மனைச் சேதியும் வெளியே போகக்கூடாது." திரும்பினான். "என் தோட்டத்திலே நிற்கிற ஒவ்வொரு தென்னைக்கு கீழேயும் உன்னை மாதிரி உளறு வாயன்ங்கதான் உரமா கிடக்கிறான்ங்க."

லோட்டாவுக்கு மூத்திரம் முட்டியது. தப்பி தவறி இறங்கினால்... இப்பவே தென்னைக்கு உரம்தான். இறுக்கினான். "உத்தரவு அரண்மனை... உத்தரவு அரண்மனை..." வார்த்தைகள் கிழிந்து விழுந்தன.

மௌனமாய் அமர்ந்திருந்த உடையப்பன், இமைகளை மட்டும் உயர்த்தி, "பத்தாம் நாள் திருவிழாவிலே, இருளப்பசாமிக்கு எத்தனை கிடாய் வெட்டுப்படுது?" என்றான்.

பேச்சு திசை மாறியதில் லோட்டாவுக்கு மூச்சு வந்தது. "இருபத்தியோரு கிடாய் அரண்மனை."

"கிடாய் வெட்டுறது யாரு?"

“காவக்கார திருமால் தேவர். ஒரு கிடாய்க்கு ஒரு வெட்டுதான். தலை துண்டா ஓடும் அரண்மனை!”

“இருபத்தியோரு கிடாய்களை வெட்டிட்டு, இருபத்திரெண்டாவதும் ஒரு வெட்டு இருக்குதுன்னு... காவக்காரத் திருமாலுகிட்டே சொல்லி வை.”

லோட்டா, வாய்பிளந்து பார்த்தான்.

“இருபத்தி ரெண்டாவது வெட்டுப்பட போறது... கிடாய்த் தலை இல்லை. மனுசத் தலை! ஒரே வெட்டுலே... தலை துண்டா ஓடணும்.”

லோட்டாவின் பாதம்வரை கால் நனைந்தது. ‘வகை தப்பா வந்து மாட்டிக்கிட்டியேடா லோட்டா! உன் தலைவிதி இப்பிடி இருக்கையிலே... என்னென்ன நெனைப்பெல்லாம் ஓடுச்சு? கணக்குப்பிள்ளை உத்தியோகமாம்! அதையும் தாண்டி, அரண்மனை வாரிசாம்! நெனப்பு... பொழப்பை கெடுத்துருச்சேடா லோட்டா’ கண்ணீர் ஓடியது.

“போ...” ஒற்றைச் சொல்லில் உதறினான் உடையப்பன்.

தன் உயரத்தில் பாதி ஆளாய் குனிந்தவாக்கில் தடுமாறி நகன்றான் லோட்டா.

மாயழகி, கப்பலைவிட்டு இறங்கவேண்டிய கடைசி ஆளாய் நின்றாள்.

இருபது வருடங்களுக்கு முந்தைய தனுஷ்கோடி தீவுக்கரை மாயழகியின் கண்ணில் அலைந்தது.

‘மாயழகியின்மீது ஸ்காட்டின் கடைசிக் கோபம் கொப்பளித்தது. முன்னும்பின்னும் மாறி மாறி விழுந்த அடியில் கைப்பிரம்பு தெறித்தது. ம்... ஹூம்... மாயழகி அலுங்கலே. அத்தையின் கழுத்தைக் கட்டிக்கொண்டான் துரைசிங்கம்.

கப்பலேறிய மாயழகி, கரையில் நின்ற ஸ்காட்டை பார்த்து, “துப்பாக்கிப் போலீஸுகளை துணைக்கு வச்சுக்கிட்டு... ஒரு பொட்டச்சியை அடிக்கிற வெள்ளை நாயே! எத்தனை கடல்

தாண்டி அனுப்புனாலும், திரும்பி வருவோம்டா! வந்து... பழி தீர்ப்போம்!" துரைசிங்கத்தின் கன்னம் திருப்பி, "நேத்துவரை வாய் பேசுன இந்த பச்சப் பாலகனை ஊமையாக்கி அனுப்புறீங்களே! உங்களையும் உங்களுக்குத் துணைபோன உள்ளூர் துரோகிகளையும் இவனே வந்து அழிப்பான்டா!" கரை கேட்க கத்தினாள்.'

நீர் திரண்ட கண்களால் துரைசிங்கத்தை ஏறிட்டுப் பார்த்தாள் மாயழகி. துரைசிங்கம், இமைக்காமல், கரையையே பார்த்துக்கொண்டிருந்தான்.

வலம்புரிச் சங்கு வடிவ தனுஷ்கோடி தீவு. அண்ணன் ரணசிங்கம், வெள்ளை ஆதிபத்தியத்துக்கு எதிரான ஆப்பநாட்டு முதல் அனறப்பந்தை கொளுத்தி தூக்கிப்போட்ட தீவு. அதிகார ஜொலிப்போடு இந்தியப் பெருங்கடலில் நங்கூரம் பாய்ச்சி நின்ற 'கிரேட் பிரிட்டன்' கப்பலை, ரணசிங்கம் வைத்த குண்டு, சல்லி சல்லியாய் சிதறடித்த தீவு. வெள்ளை வல்லாதிக்கக் கழுகு தம்மை வெளியேற்றியபோது அடிமைப்பட்டிருந்த தீவு, இன்று சுதந்திரக் கடற்காற்று தாலாட்டும் பூமி.

கப்பலில் இருந்து இறங்கியவர்களை ஏற்றிக்கொண்ட படகு, கரையை நெருங்கிகொண்டிருந்தது. அலைகள் இல்லாத கீழைக்கடல், பெண்கடல். படகு அலுங்காமல் வந்துகொண்டிருந்தது. கரையில் குவிந்திருக்கும் கூட்டத்தில் வெள்ளை முகங்களை அதிகம் காணோம். கை அலைக்கும் முகங்களில், செட்டிநாட்டு நகரத்தார் பெரும்பாலோர். பஞ்சக் கச்ச வேட்டி கட்டி, நீள் கோட்டும் அரைஅடி உயர அடர் வண்ணத் தொப்பியும் அணிந்த கனவான்கள் நிறைய தென்பட்டனர்.

எவரும் தம்மை எதிர்கொண்டு கை அலைக்காத கரையை காண விரும்பாத மாயழகி, எங்கோ பார்த்தவாறு வந்தாள். படகு நெருங்க நெருங்க, கரை சலசலத்தது. எல்லா சலசலப்புகளையும் தாண்டி கத்தினான் தவசியாண்டி, "மாயழகி தாயீ!"

●

சாந்தி... ஓம் சாந்தி...

20

"மாயழகி தாயீ!"

கரையில் இருந்து தவசியாண்டி கத்தியது, மாயழகிக்கு கேட்கவில்லை. படகு வந்து கொண்டிருக்கும் கீழைக்கடல் காற்று, தவசியாண்டிக்கு எதிர்க்காற்று. காற்றை எதிர்த்து ஏறாத 'சொல்' திரும்பி, தவசியாண்டியின் முகத்தில் அடித்தது.

கரையோரம் நின்று கை அசைத்துக்கொண்டிருக்கும் செல்வச் சீமான்களுக்குள் முண்டி முண்டி நுழைந்தான். எல்லோருக்கும் முன் ஆளாய் நின்று, கடல் நோக்கி கத்தினான்.

"தாயீ... மாயழகி!"

மாயழகி பார்த்தாள். 'தன் பெயரை உச்சரிப்பவன் இங்கு எவன்?' என அறியாதவளாய்... தலைதூக்கி, கண் ஊன்றி கரையை பார்த்தாள்.

இரு கைகளையும் உயர்த்தி, இடமும் வலமும் ஆட்டினான் தவசியாண்டி.

"யார் இந்த கிறுக்குப் பயல்?" கனவான்கள் முகம் சுழித்தார்கள்.

அரணாய் நின்ற இந்தியப் போலீஸுகளில் ஒருவன், "ஏய்! யார் நீ?" என்றான்.

போலீஸைப் பொருட்படுத்தாத தவசியாண்டியின் பார்வை கடல் பார்த்திருந்தது. தோளைதொட்டு இழுத்த போலீஸ், லத்தியை ஓங்கினான்.

திரும்பி பார்த்த தவசியாண்டி, "ஏய்... எடு கையை." தோளை உலுப்பிவிட்டான். "நாட்டைவிட்டு, வெள்ளைக்காரன்தான் போயிருக்கான். வெள்ளைக்கார புத்தி போகலை." போலீஸின் கண்களை நேருக்கு நேராக பார்த்தவன், "என்னைப் பார்த்தால், காட்டுப்பயலா தெரியுதா உனக்கு? நான், 'ரணசிங்கம் சேனை'! ரணசிங்கம் தெரியுமா? ரணசிங்கம். உங்களுக்கெல்லாம் உடுப்பு மாட்டிவிட்ட வீரன்! அந்த மாவீரனோட 'ஆப்பநாட்டு கருஞ் சேனை'யிலே ஒரு அணில் நான். எடு கையை," தோளைக் குலுக்கியவாறு கடலை பார்த்தான்.

படகு, கரையை நெருங்கிகொண்டிருந்தது.

தவசியாண்டியை அடையாளம் கண்டுகொண்டாள் மாயழகி.

"தவசி!" படகிலிருந்தே அழைத்தாள்.

தவசியாண்டிக்கு சந்தோசம் கண்ணைக் கட்டியது. "ஆத்தா... ஆப்பநாட்டுக் குலவிளக்கே! சேவிக்கிறேன் தாயீ" தலைக்குமேல் கையெடுத்து கும்பிட்டுக்கொண்டே அழுதான்.

எல்லோரும் கரை இறங்கினார்கள்.

இரண்டு கைகளையும் மார்புக்கு குறுக்காக கட்டிக்கொண்டு, மாயழகிக்கு முன்னால் போய் நின்றவன், நெடுஞ்சாண்கிடையாக காலில் விழுந்தான். மாயழகி பதறிப் போனாள். "ஏய்ய்... தவசி! இதென்ன? எந்திரி" ஒரு எட்டு பின்வைத்தவள், குனிந்து தூக்கினாள்.

எழுந்தவன் கூர்ந்து துரைசிங்கத்தை பார்த்தான். துரைசிங்கம், 'யார் இது?' என ஊமை பாவனையில் மாயழகியிடம் கேட்டான்.

"ஆத்தாடீ! என் சிங்கம் பெத்த சிங்கமா இது? ஆப்பநாட்டு குரல்வளையையே நெறிச்சுடான்ங்களே!" முகத்தை மூடிக்கொண்டு

குலுங்கி குலுங்கி அழுதான் தவசியாண்டி. கண்ணைத் திறந்து துரைசிங்கத்தைப் பார்க்க பார்க்க, அழுகை கூடியது. சுற்றி நின்ற எல்லோரும் வேடிக்கை பார்த்தார்கள்.

ஒரு வடநாட்டு ஜடாமுடி தேசாந்திரி, வலிய முன்னே வந்து, தலைக்குமேல் கை வைத்து, "கித்னா முஸ்கில் ஆயேகா தோ பீ... மத் ரோனா... மத் ருக்னா. பகவான் ஹை ஹமாரே சாத். சாந்தி... ஓம் சாந்தி" ஆசீர்வதித்தார்.

ஜடாமுடி சாமியாரின் உபதேசம் தவசியாண்டிக்கு ஒன்னும் புரியலே. வடமொழிக் கலப்பே மலேஷிய மொழி என்பதால், மாயழகிக்கும் துரைசிங்கத்துக்கும் புரிந்தது.

"தன்யவாத் குருஜி..." சாமியாரை வணங்கிவிட்டு, "தவசி... வா... வெளியே போவோம்" தவசியாண்டியின் தோளைதொட்டு திருப்பினாள் மாயழகி.

விடிந்தால் பத்தாம் நாள் திருவிழா.

கணக்குப்பிள்ளை ரத்னாபிஷேகம், வயதுக்கு மீறி ஓடிப் பறந்து திரிந்தார். 'உஸ்ஸ்...' என உட்கார நேரமில்லை... படுக்க நேரமில்லை. என்னதான் ஓடினாலும் ஆடினாலும் தோள் சுமை குறையக் காணோம்.

நேற்று இரவு சென்னைப் பட்டணத்தில் ரயிலேறி வந்துகொண்டிருக்கும் வெள்ளையம்மா கிழவியை அழைத்து வர, ரயிலடிக்கு போய்க்கொண்டிருந்தார்.

'ஊருக்கு வருவேன். சாமி கும்பிடுவேன். அரண்மனைக்குள்ளே நுழையமாட்டேன்னு அந்தம்மா நிபந்தனை. அரண்மனைக்கு உடைமைப்பட்ட மகராசிக்கு அப்படி என்ன வைராக்கியமோ... தெரியலே! நல்லாண்டி வீட்டிலேதான் தங்க வைக்கணும். இருபது வருசமா... பட்டணவாசி. சௌகரிய குறைச்சல்தான். என்ன பண்ண?

கட்டாயம் வந்துருவேன்னு சொன்ன பூசாரி தவசியாண்டியை இன்னைக்குவரை ஊருக்குள்ளே காணோம். 'என்னப்பா தவசியாண்டி... ஏன் இன்னும் வரக் காணோம்ன்னு கேட்டு காட்டுக்குள்ளே போக முடியாது. அவனோட விறைப்பும்

முறைப்பும் ஊரை பயமுறுத்துது. அவன் வந்தால் தான் 'கிடாய் வெட்டு'. என்ன பண்ண காத்திருக்கானோ... தெரியலே.

இந்தப் பக்கம், அரண்மனை இடிக்கிற இடி, பெரும் இடியா இருக்குது. உட்கார்ந்த இடத்தில் இருந்தே ஊர் விபரம் கேட்கிறாரு! 'பந்தல் போட்டாச்சா? மாலை, பூவெல்லாம் வந்துருச்சா? இந்த வருசம் முளைப்பாரி வளர்த்தி எப்படி? வெட்டுக் கிடாய் இருபத்தி ஒன்னும் எங்கே நிக்குது? இரை தின்னுச்சா? ஆட்டம் பாட்டம் கச்சேரி எல்லாம் எப்படி நடக்குது?' அடுக்கடுக்கா கேட்கிற கேள்விக்கு விபரம் சொல்றதுக்குள்ளே, நாக்கு தள்ளுது!

இரயிலடி நெருங்கியது. தான் ஏறி வந்த மோட்டார் வாகனத்தை ஓரமாய் நிறுத்தச் சொல்லிவிட்டு, ரயில் நிலையத்துக்குள் நுழைந்தார்.

தனுஷ்கோடி 'போட் மெயில்' அலறிக்கொண்டு வந்தது. பயணிகளோடு வெள்ளையம்மா கிழவியும் இறங்கினாள். கணக்குப்பிள்ளை மூச்சிரைக்க ஓடினார்.

தவசியாண்டி ஓட்டி வந்த கூட்டு வண்டி, பெருநாழி கடந்து, செண்பகத்தோப்பு காட்டுப் பாதை விலக்கில் வந்துகொண்டிருந்தது. வெள்ளையம்மா கிழவியும் கணக்குப்பிள்ளையும் ஏறி வந்த மோட்டார் வாகனம், கூட்டு வண்டிக்கு வழிவிட்டு ஒதுங்கி நின்றது. வண்டி ஓட்டி வரும் தவசியாண்டி, யார் கண்ணிலும் படாமல் காட்டுக்குள் பாய்ந்துபோகும் யத்தனிப்பில் மாடுகளை விரட்டினான்.

மோட்டாருக்குள் அமர்ந்திருந்த வெள்ளையம்மா, "இவன் யாரு? நம்ம ஊரு தவசியாண்டி தானே? இன்னும் உயிரோடுதான் இருக்கானா? இவன் உயிரோடு இருந்தால்... அரண்மனை உயிரோடு இருக்க முடியாதே!" என்றாள்.

கணக்குப்பிள்ளைக்கு உடம்பெல்லாம் வியர்த்தது.

மாயழகியும் துரைசிங்கமும் அமர்ந்துவரும் கூட்டு வண்டி, செண்பகத்தோப்புக் காட்டுக்குள் பாய்ந்து போனது.

●

ரெட்டைச் சந்தோசம்

21

பொழுது இருளும் நேரம்.

கூட்டு வண்டி, காட்டுக்குள் பாய்ந்து போய்க்கொண்டிருந்தது. காளைகளுக்கு கண் பழகிய தடம். வண்டிக்காரனின் கைபடாமலே சிட்டாய் பறந்தன. ஓட்டிச் செல்லும் தவசியாண்டிக்கு மட்டுமான காட்டுப் பாதை என்பதால், குறுக்கே ஒரு நரி, புலி என, வன ஜந்துக்களின் அரவாட்டத்தையே காணோம். வண்டி வேகத்துக்கு, தவசியாண்டியின் பின் தலைமுடி காற்றில் பறந்தது.

தவசியாண்டி, போகிற போக்கில் ஓரக்கண் கொண்டு பின்பக்கம் திரும்பி பார்த்தான். வண்டிக்குள் அமர்ந்து வரும் மாயழகியும் துரைசிங்கமும் காற்றில் விலகும் கூட்டு வண்டித் திரைச்சீலை வழியாக காட்டை வேடிக்கை பார்த்துக்கொண்டு வந்தார்கள். இருள் சூழச் சூழ, வனம், பேயாய் விரிந்தது.

இருபது வருடங்களாக மலேசியக் காடுகளுக்குள் வாழ்ந்த வாழ்க்கையில், எல்லா வனப் பேச்சிகளுடனும் கைகுலுக்கப் பழகி இருந்தாள் மாயழகி. மடியில் ஊர்ந்து செல்லும் மலைப்பாம்பின் வால் நுனியை, செல்லமாய் சீண்டி விடுவாள். உண்ட மயக்கம் தீர, தலைசாய்க்க நினைக்கும் புலிகளும் சிங்கங்களும் மாயழகியின்

குடிசைப் பக்கம் வந்துபோகும். பிறப்பிலேயே பயமறியாத ஆப்பநாட்டு மாயழகியை, வைரமாக்கி அனுப்பி இருந்தது மலேசியக் காடு.

வண்டியின் முன்புறம் அமர்ந்து வரும் துரைசிங்கம், இருள் என்றும் பகல் என்றும் பேதம் அறியாதவன். இருட்டிலும் கண் பார்ப்பவன். உஸ்தாத் அப்துற் றஹீமிடம் அவன் கற்றுத் தேர்ந்த வித்தைகளில் பெரும்பாலானவை இருளில் கற்றவை. இருளிலும் குறிபிசகாத எறியில் கை தேர்ந்தவன். அத்தை மாயழகி விதைத்த அக்னியை, எல்லை அறியாத பெரு நெருப்பாய் வளர்த்தெடுத்து வந்திறங்கி இருக்கிறான்.

தனுஷ்கோடியில் கப்பலை விட்டிறங்கிய மாயழகியையும் துரைசிங்கத்தையும் கண்டதிலிருந்து, தவசியாண்டியின் முகம் ‘திகு திகு’வென கொதித்துக்கொண்டிருந்தது. உற்சாகமும் பெருமிதமும் நிறைந்த திகுதிகுப்பு. பதினேழு வருட வனவாசத் தவம் கலைத்து, பழி தீர்க்கப் போகிற உற்சாகம். நெஞ்சுக்குள் தெய்வமாய் பூஜிக்கும் மாவீரன் ரணசிங்கத்தின் வாரிசுகள், இருபது வருடங்கழித்து கடல் கடந்து தன்னை நாடி வந்திருப்பதில் மேலிடும் பெருமிதம்.

ஆனாலும் மாயழகியின் மௌனம், தவசியாண்டியின் வாயை இறுக்கியது. தலைக்குள் ஏதோ ஒன்று குடைந்து கொண்டிருந்தது. வந்து இறங்கியதிலிருந்து, ஊர் நிலவரம் குறித்து மாயழகி ஒரு வார்த்தை பேசவில்லை.

நாளை பத்தாம் நாள் திருவிழா. எங்கோ ஒரு தேசத்திலிருந்து மிகச் சரியாக இன்று எப்படி வந்து இறங்கினாள்? தெரிந்தே வந்தாளா? யதேட்சையாய் வந்தாளா? நாளை நடக்கப் போவதோ பெரிய காரியம். காவல் தெய்வம் ரணசிங்கத்தின் துரோகச் சாவுக்கு கணக்கு தீர்க்கும் நாள். ஆப்பநாடே அதிரப் போகிறது. அந்தக் கனத்த காரியம் குறித்து, வந்ததிலிருந்து வாய் திறவாமல், ஆழம் காணமுடியாத கடலாய் அமர்ந்து வருகிறாள்.

பெண்ணுருவில் வந்திருக்கும் ரணசிங்கம் எப்படி பேசுவான்? நாலா திசைகளில் இருந்தும் அணிஅணியாய் திரண்டுவந்த ஆங்கிலேயக் காக்கிகளை கொளுத்திச் சாம்பலாக்கிய

ரணசிங்கத்தின் தங்கை, அப்படித்தான் இருப்பாள். அந்த மௌனத்தில்தான் புதைந்திருக்கிறது காரியம்.

'நாளை விடிந்ததும் இருளப்பசாமி கோவில் பூஜைக்கு கிளம்ப வேண்டும். அதற்குள் மாயழகியின் உத்தரவு கிடைத்துவிடும். கிடைக்காவிட்டாலும் கணக்கை தீர்த்துவிட வேண்டியதுதான்' என்கிற முடிவோடு வண்டியை செலுத்தினான்.

குடிசையை நெருங்கியதும் கூட்டு வண்டியின் வேகம் குறைந்தது.

காட்டுக் குடிசையின் ஒற்றை விளக்காய் வாசலில் நின்றாள் செவ்வந்தி.

விளக்கு ஏறியபின் ஊருக்குள் நுழைந்த மோட்டார் வாகனத்தை சிறுவர்கள் விரட்டிக்கொண்டே ஓடி வந்தார்கள். நல்லாண்டி வீட்டின்முன் நின்ற வாகனத்தை பெரியவர்களும் வேடிக்கை பார்த்தார்கள்.

"கார்லே வர்றது யாரு?"

நல்லாண்டியும் குடும்பத்தாரும் ஓடிவந்து எதிர்கொண்டு நின்றார்கள். முன்பக்கம் அமர்ந்து வந்த கணக்குப்பிள்ளை ரத்னாபிஷேகம் இறங்கி, பின் கதவை திறந்துவிட்டார். வெள்ளையம்மா கிழவி, முகத்தை சுழித்துக்கொண்டே இறங்கினாள். கோவில் திருவிழாவுக்கு வெள்ளையம்மா வருவது பற்றி, கணக்குப்பிள்ளை, நல்லாண்டியை தவிர யாருக்கும் சொல்லி வைக்கவில்லை. நல்லாண்டி மட்டும் வெள்ளையம்மாவை அடையாளம் கண்டுகொண்டார்.

"கும்பிடுறேன் தாயீ..." கும்பிட்டார்.

வெள்ளையம்மா, நல்லாண்டிக்கு அக்கா முறை. ஆனாலும் உறவுமுறை சொல்லி அழைக்காமல், 'தாயீ..' என்றார்.

சுற்றி நின்ற யாருக்கும் வெள்ளையம்மாவை கண்டதும் அடையாளம் தெரியவில்லை. ஆறு மாதக் கைக்குழந்தையாய் இருந்த பேரன் முத்தரசனை தூக்கிகொண்டு ஊரைவிட்டு வெளியேறி இருபது வருடம் கழித்து வந்து இறங்கியிருந்தாள். கால

இடைவெளி, ஞாபகத் தடயங்களை அழித்துப் போட்டிருந்தது. உற்றுப் பார்த்த மூத்தவர்கள் கண்டுகொண்டார்கள். எல்லோரும் நெருங்கி வந்து, முகம் காட்டி கும்பிட்டார்கள். எவர் முகத்தையும் நேருக்கு நேர் பார்ப்பதை வெள்ளையம்மா தவிர்த்தாள். கணக்குப்பிள்ளையும் நல்லாண்டியும் கூட்டத்தை விலக்கி, வழி ஒதுக்கினார்கள். பயணக் களைப்பில் இருப்பதுபோல் பாவனை செய்துகொண்டு நல்லாண்டியின் வீட்டுக்குள் நுழைந்தாள்.

தாழ்வாரம் தாண்டி, நடுப்பத்தியில் நுழைந்ததும் கண்ணில்பட்டது ஒரு புகைப்படம். விதிர்த்துப்போனாள். மேற்கொண்டு நகர இயலாமல் நின்றவள், கணக்குப்பிள்ளையை திரும்பி பார்த்தாள். இரண்டு எட்டு பின்னால் வந்த ரத்னாபிஷேகம் பிள்ளைக்கு கண்கள் இருண்டன. திரும்பி, நல்லாண்டியை பார்த்தார். நல்லாண்டி சிரித்துக்கொண்டே புகைப்படத்தைக் கை காட்டி, "நம்ம ரணசிங்கம்!" என்றார்.

கிழக்கே நிலா கிளம்பிவிட்டது.

அரண்மனை உடையப்பன், யாருக்காகவும் இத்தனை நேரம் காத்திருந்ததில்லை. தலை வாசலைப் பார்த்தவாறு மைய மண்டபத்தில் வெகுநேரம் அமர்ந்திருந்தான்.

கணக்குப்பிள்ளை ரத்னாபிஷேகம், தோட்டத்து வாசலைப் பார்த்தவாறு, தலை வாசலில் நின்றிருந்தார்.

தெருவைப் பார்த்தவாறு, லோட்டா, தோட்டத்து வாசலில் வெகுநேரம் நின்றிருந்தான்.

தெருவில் வண்டிச் சலங்கை மணி ஓசை கேட்டது. லோட்டா, கதவுகளை அகல திறந்தான். நுழைந்து வந்த கூட்டு வண்டி, தலை வாசல் அருகே நின்றது. உடையப்பன் எழுந்துவந்து, "வாங்க முதலாளி!" கைகூப்பி வணங்கினான்.

"என்ன உடையப்பா சௌக்கியமா?" கமுதி முதலாளி இறங்கினான்.

கையில் அரிவாளோடு கிழக்கே பார்த்து நிற்கும் இருளப்பசாமி, ரெட்டைச் சந்தோசம் கொண்டார்.

●

கண்ணுலெ நெறி கட்டுது

22

வாசலில் வந்திறங்கிய கமுதி முதலாளியை கண்டதும், மைய மண்டபத்தில் அமர்ந்திருந்த உடையப்பன், எழுந்து ஓடிப் போய், “வாங்க முதலாளி” என கைகூப்பி வணங்கினான்.

தலை வாசலில் நின்று பார்த்துக்கொண்டிருந்த கணக்குப்பிள்ளை ரத்னாபிஷேகத்திற்கு, தன் கண்களையே நம்பமுடியவில்லை.

உடையப்பனை கண்டு ஆப்பநாடே கைகட்டி நிக்குது. தான் அரண்மனைக் கணக்குப்பிள்ளையாய் கடத்திய இத்தனை ஆண்டுகளில், யாரையும் உடையப்பன் வணங்கி பார்த்ததில்லை. கூனிக் குறுகி கும்பிடுபோடும் குடியான சனங்களுக்கு பதில் மரியாதையாய், உடையப்பன் தலையைகூட ஆட்டுவது இல்லை. கமுதி முதலாளியைக் கண்டதும் குழைகிறானே! இந்த கமுதி முதலாளி யாரு? எப்படிப்பட்ட ஆளு?

கமுதி முதலாளி, ஐந்தடி உயரக் குள்ளன். வழுக்கைத் தலை. முகத்திலே... உடம்பிலே... முடி முளைத்த அடையாளமே இல்லாதவன். மழு மழுத்த திரேகம். ஆப்பநாட்டுக்கு ஒவ்வாத நிறம். ஆளும் வர்க்க கைக்கூலி. ஊருத் தாலியை அறுத்து, உலை ஏத்துற வியாபாரி. உடையப்பனையும் மிஞ்சின பணக்காரன்.

உடையப்பன் அடிக்கடி பெருநாழி போவான். ஆனால், கமுதி முதலாளி இங்கே வர்றது, இதுதான் முதல்முறை. அதுவும் நாளை, பத்தாம் நாள் திருவிழாவை முன்வைத்து வந்திருக்கிறான்.

பதினேழு வருசமா ரத்தப் பலி காணாமல் இருந்த இருளப்பசாமி, எல்லாரையும் ஒன்னு சேர்த்து இழுக்கிறாரே! என்ன காரணம்? நினைச்சாலே... கண்ணுலே நெறி கட்டுது! தலையை உலுப்பிக்கொண்டார் ரத்னாபிஷேகம் பிள்ளை.

மைய மண்டபத்தின் நாயகமாய் கமுதி முதலாளியை அமரவைத்து, எதிர் இருக்கையில் அமர்ந்தான் உடையப்பன்.

அரண்மனை உள் விதானங்களின் ஆடம்பரமான அலங்காரங்களை, உட்கார்ந்தவாக்கில் ஒரு சுற்றுப் பார்த்த கமுதி முதலாளி, “உடையப்பா... உன் ஜாதகத்தை இருபது வருசத்துக்கு முன்னாடியே... சரியா கணிச்சவன் நான்தான்” பலக்க சிரித்தபடி பேச ஆரம்பித்ததும் நெளிந்தான் உடையப்பன்.

திரும்பி, கணக்குப்பிள்ளையை பார்த்தான். “கணக்கு... நீங்க போயி, கோவில் காரியங்களை பாருங்க.” என்றான்.

“உத்தரவு அரண்மனை.” கணக்குப்பிள்ளை ரத்னாபிஷேகம், குனிந்தவாறு பின் நகர்ந்தார்.

மைய மண்டபத்திலிருந்து பிரியும் எல்லா அறை வாசல்களையும் ஒரு சுற்று பார்த்தான் உடையப்பன். சாப்பாட்டு அறையின் நுழைவிடத்தில் கூழு நின்றிருந்தான்.

“டேய்... கூழு...” என அழைத்தான்.

“ஹ்ம்... ம்... இந்தா வர்றேன்...” கூழு, இடை நெளித்து நடந்துவந்தான்.

“எல்லாம் ஆயிருச்சா?”

“மானு, மயிலு, காடை, கௌதாரி, ஆடு, கோழி அத்தனையும் பல்லுக்கும் நாக்குக்கும் பதமா... ஆக்கி வச்சிருக்கேன். அரண்மனை வந்து கைவைக்க வேண்டியதுதான் பாக்கி.” வெற்றிலை வாயோடு, கமுதி முதலாளியை கண் சுழற்றிப் பார்த்தான் கூழு. கமுதி

முதலாளிக்கு, தன்வீட்டு சமையல்காரன் பச்சையப்பனின் நினைவு வந்தது.

"போ... போ... உள்ளே போ" கூழுவை துரத்தினான் உடையப்பன். கூழு நகர்ந்தான்.

"உடையப்பா... நீ செய்த ஒத்தச் செய்கை... உன்னை எம்புட்டு உயரத்திலே உட்கார வச்சிருச்சு பார்த்தியா?" வலது கையை நீட்டி, அரண்மனையை ஒரு சுற்றுசுற்றிக் காட்டினான்.

"எல்லாம் உங்க யோசனையும் ஒத்துழைப்பும்தான் முதலாளி."

"சொன்ன சொல்லைக் காப்பாத்திறதிலே... வெள்ளைக்காரன்... வெள்ளைக்காரன்தான். 'இந்தக் காரியத்தை முடி. ஆப்பநாட்டிலே பாதி உனக்குத் தான்னு சொன்ன மாதிரியே கொடுத்துட்டுப் போயிட்டானே!"

கமுதி முதலாளி பேச பேச, கவிழ்ந்தவாறு சிரித்துக்கொண்டிருந்தான் உடையப்பன்.

"ஆமா... அதுக, என்னாச்சு?"

"எதுக முதலாளி?"

"கப்பலேத்தி நாடு கடத்திவிட்டோமே... மேற்படியான் வாரிசுகள். அந்த ரெண்டும்?"

கவிழ்ந்த தலைநிமிர்ந்து, "அதுக ரெண்டும், மலேசியக் காட்டிலேயே... மண்ணோடு மண்ணா... மக்கிப்போயிருக்குங்க முதலாளி. போனதோடு சரி. ஒரு தகவலும் இல்லை" சிரித்தான் உடையப்பன்.

ஆழ்ந்த யோசனைக்குப் பின், "இருபது வருசமாச்சு உடையப்பா. இன்னைக்கு அவன் உயிரோடு இல்லை. இருந்தாலும் அவனை நெனைச்சா... இப்பவும் நெஞ்சு, பதபதங்குது! நமக்கெல்லாம் எதிரிதான் அவன். ஆனாலும் பெரிய சூரப்புலி! எதிர்த்து வந்த துப்பாக்கி, பீரங்கியை எல்லாம்... சோளத் தட்டையை முறிக்கிறமாதிரி முறிச்சு எறிஞ்சானே!" வாய் நிறைய பேசினான் முதலாளி.

மறுபடியும் தலை சுழற்றி ஒரு பார்வை பார்த்தவன், "என் வீடும் இந்தமாதிரி அரண்மனைதான். அந்தப் பாவிப் பயல், குண்டு வச்சு தகர்த்து, தரைமட்டமாக்கிட்டான். வீடுபோனால் போகுது. நான் உயிரோடு தப்பிச்சேனே... அதுதான் பெரிய காரியம்!" சந்தோசப்பட்டுக்கொண்டான்.

"பழசை விடுங்க முதலாளி" என்றவன், சிறு யோசனையில் ஆழ்ந்தான்.

"உடையப்பா... என்ன யோசனை?"

"ஒன்னுமில்லை. அன்னைக்கு நடந்த சம்பவத்துக்கு, ஒரே ஒரு சாட்சி, உயிரோடு இருக்கு" என உடையப்பன் சொல்லி முடிக்கவில்லை.

"என்னது! உயிரோடு ஒரு சாட்சி இருக்கா?" பதறி, இருக்கையின் நுனிக்கு வந்தான் கமுதி முதலாளி.

"ஆமாம். இந்த கோவில் கொடையை நான் ஏற்பாடு பண்ணியதே... அந்த சாட்சியை அழிக்கத்தான்."

"ஏய்... உடையப்பா! என்னப்பா சொல்றே? யார் அந்த சாட்சி?"

"அட, விடுங்க முதலாளி. யானையையே கொன்னு, நடு வீட்டிலே பொதைச்சோம். இது, பூனை. ஆடு, கோழியை அறுக்கிறமாதிரி, அறுத்து எறிஞ்சிருவோம். எந்திரிங்க. விருந்து காத்திருக்கு" என்றவன் எழுந்தான்.

குடிசை வாசலில் நின்ற செவ்வந்தியை கண்டதும் மாயழகி கேட்டாள். "தவசி... யாரு இது? உன் மகளா?"

"ஆமாம் தாயி."

செவ்வந்தியை அணைத்துக்கொண்ட மாயழகி, "பேரு என்னம்மா?" தலை கோதினாள்.

"செவ்வந்தி" மாயழகிக்கு பதில் சொல்லிக்கொண்டே, துரைசிங்கத்தைப் பார்த்தாள் செவ்வந்தி.

●

பசிச்ச மிருகம்

23

"ஊர் நிலவரம் என்ன?" என, ஒற்றைக் கேள்வியை மாயழகி கேட்டதுதான் தாமதம். இருபது வருட இடைவெளியில் நடந்த எல்லாவற்றையும் கொட்டி தீர்த்தான் தவசியாண்டி. குறுக்கே புகுந்து எதிர்கேள்வி போடாமல் உற்றுக் கேட்டுக்கொண்டிருந்தாள்.

வாய் வரள அடுக்கிகொண்டேபோன தவசியாண்டி, வெள்ளையம்மாவின் பேச்சுக்குள் நுழைந்ததும் மாயழகியின் கண்கள் குத்திட்டு நின்றன.

"என்ன சொல்றே தவசி?" குறுக்கிட்டாள்.

"ஆமாம் தாயி. வெள்ளையம்மா ஆத்தா, இப்போ இங்கே இல்லை."

"அப்போ... உடையப்பன் வாரிசு?" கண்களைச் சுருக்கி கேட்டாள்.

"ஆறு மாதக் குழந்தையா இருந்த அந்த வாரிசை தூக்கிக்கிட்டு, கண்காணாத தேசத்துக்கு கிழவி போயிட்டாக."

"ஆண் குழந்தைதானே?"

"ஆமாம் தாயி."

"வெள்ளையம்மா அத்தை ஏன் ஊரைவிட்டு வெளியேறணும்?"

தவசியாண்டி, தன் வலது கைவாக்கில் அமர்ந்து உற்றுபார்த்துக் கொண்டிருக்கும் துரைசிங்கத்தை ஏறிட்டுப் பார்த்தான்.

மகள் செவ்வந்தி, எதிலும் ஒட்டாமல், வாசலில் தனியே அமர்ந்து, காட்டு வெளிச்சத்தை கண் அளந்துகொண்டிருந்தாள்.

"ம்... சொல்லு தவசி..."

"தாயி... உங்க அத்தை வெள்ளையம்மா கிழவிக்கு, தன் மகள் பொம்மியை பறிகொடுத்த கவலை. புதுப் பணக்காரன் உடையப்பனுக்கு, பொண்டாட்டி செத்த கவலை துளிகூட இல்லை. ஓட்டுக் கொட்டகையிலே குடி இருந்தவனுக்கு, திடீர்ன்னு அரண்மனை வாசம் கிடைச்சதும் அர்த்த ராத்திரியிலே குடைப்பிடிக்க ஆரம்பிச்சுட்டான்! புத்தி, நிலை கொள்ளலே. குடியும் கூத்தியாளுமா... ஆண்டவனுக்குப் பொறுக்காத ஆட்டம். பெத்தவன் மூச்சுக் காத்து, பிள்ளைமேலே படக்கூடாதுன்னு, பேரனை தூக்கிக்கிட்டுபோன கிழவி, இந்த திசைப் பக்கம் திரும்பலே!"

பேச்சை நிறுத்தியவன், தலை கவிழ்ந்தவாறு ஏதோ சிந்தனையில் இருந்தான்.

"என்ன யோசனை தவசி?" என்றாள் மாயழகி.

"அதுவேற ஒன்னுமில்லை தாயீ... நம்ம ரணசிங்கம் அய்யா... செத்தது, தகப்பன் செத்ததைக் கண்டதும் துரைசிங்கம் ஊமையானது, உடையப்பன் பெஞ்சாதி பொம்மி ஆத்தா, ஒரு ஆம்பளை பிள்ளையை பெத்தது, பெத்துப் போட்டதும் பொம்மி செத்தது... இந்த நாலு காரியமும் நொடி பிசகாமல், ஒரே நேரத்திலே நடந்ததை நெனச்சா.... ஆச்சரியமா இருக்கு தாயி!" என்றான்.

மாயழகி, கண்களை மூடினாள்.

"அந்தக் காலத்திலேதான் சொல்லுவாக தாயீ... புருசன் செத்தால், பொண்டாட்டி உடன்கட்டை ஏறுவாள்ன்னு! நம்ம ரணசிங்கம் அய்யா சாவுக்கும் அந்த துரோகிப் பயல் உடையப்பன் பொஞ்சாதி பொம்மி ஆத்தா சாவுக்கும் ஏதோ

ஒரு அந்தரங்க முடிச்சு இருக்கிறமாதிரி தெரியுதே!" என்றவன் அடிக்கண்ணால் மாயழகியை கோதினான்.

வெடுக்கென விழித்தவள், தவசியாண்டியை கடிந்து பார்த்தாள். திரேகம் ஆடிப்போனன்.

"கமுதி முதலாளி உயிரோடு இருக்கிறானா?"

"அவன் எப்படி சாவான்? எமனே சொல்லிட்டான் 'கமுதி முதலாளியை நான் கொல்ல மாட்டேன். அது உங்க பொறுப்பு'ன்னு."

மாயழகி வாய்விட்டு எண்ணினாள். "ஒன்னு... ரெண்டு... ம்..." நிறுத்தியவள், "மூணாவதும் எனக்கு வேணும் தவசி?" என்றாள்.

தவசியாண்டி புரியாமல் விழித்தான்.

"உடையப்பன் வாரிசும் எனக்கு வேணும்."

துரைசிங்கம் 'குறுகுறு'வென பார்த்தான்.

"பெத்தது பொம்மி'ன்னாலும் பிறந்தது, உடையப்பனுக்கு. அவன், உடையப்பன் வாரிசு. உடையப்பனையும் உடையப்பனை சேர்ந்த புல்லு, பூண்டை எல்லாம் பொசுக்கணும். எல்லாத்துக்கும் மேலே, கமுதி முதலாளி. அவனை, உடனடியா கொல்லக்கூடாது. துள்ளத் துடிக்கக் கொல்லணும். பசிச்ச மிருகம், பாவம், புண்ணியம் பார்க்கக்கூடாது." மாயழகிக்கு இருட்டிலும் வியர்த்தது.

"அப்போ... நாளைக் காலையிலே நான்" உத்தரவு கேட்டான் தவசியாண்டி.

"கோவில் பூசாரியாக நீ ஊருக்குள் போ. நானும் துரைசிங்கமும் கணக்கு முடிக்கவந்து சேர்வோம்."

வாசலில் அமர்ந்திருந்த செவ்வந்தி, வானத்து விண்மீன்களை எண்ணி எண்ணி தோற்றுக்கொண்டிருந்தாள்.

சென்னைப் பட்டணத்து மொட்டை மாடியில் அமர்ந்து, விண்மீன்களை எண்ணி எண்ணி தோற்றுக்கொண்டிருந்தான் முத்தரசன்.

உறக்கம் வராத இரவுகளில், கண்ணை மூடிக்கொண்டு, 'ஒன்னு ரெண்டு... மூனு...' என எண்ணிக்கொண்டே இருந்தால் தூங்கிவிடலாம் என ஒரு நம்பிக்கை. ம்ஹூம்... எண்ணியும் மாளவில்லை; உறங்கியபாடுமில்லை.

பாட்டி வெள்ளையம்மா கிழவியை ரயில் ஏற்றிவிட்ட நேற்றைய இரவு, எல்லா இரவுகளையும்போல் இருட்டி, விடிந்திருந்தது. ஆனால் இந்த இரண்டாம் இரவு, துளி தூக்கம் இல்லாமல் அலைக்கழிக்கிறது. இனம்புரியாத ஏதோ ஒன்றை மனம் நாடுகிறது. உருவமற்று கிளுகிளுப்பூட்டுகிறது.

இருபது வருடங்களில், கிழவி, ஒருநாளும் தன்னை பிரிந்து போனதில்லை. பாட்டியை தவிர வேறு உறவு யாருமற்றவன் முத்தரசன். ஈன்று போட்டதும் இறந்துபோன தாயாரின் பெயர், 'பொம்மி' என அறிவான். தகப்பன் 'எவன்' என, கிழவி சொன்னதே இல்லை. பெற்றவன் மூச்சுக் காற்று, பிள்ளையின் சுவாசத்தை தீண்ட இயலாத தூரத்துக்கு தூக்கிவந்து வளர்த்து ஆளாக்கியவள். பிறப்புக்கும் இருப்புக்குமான பெரிய இடைவெளியை திட்டமிட்டே உருவாக்கியவள். விரும்பிய திசைகளில் சிறகுவிரிக்க அனுமதித்தவள்.

'மலை இடுக்கு சுனை நீராய் குளிரும் பாட்டியின் அன்பையும் பின்தள்ளி, மனசை நனைக்கிறதே... அது என்ன? காதலா? 'ஆம்' என்றால், காதலி? இதுவரை எவளும் இல்லையே! இருப்பாளேயானால், அவளுக்கு என் பரிசு... என் படைப்புகள் எல்லாம். என் தூரிகை வரைந்த ஓவியங்கள் எல்லாம்.'

புரண்டு படுத்தவன், மறுபடியும் வானத்து விண்மீன்களை எண்ணக் கிளம்பினான்.

●

வேல ராமமூர்த்தி | 101

வனலட்சுமி

24

விடிய விடிய யாரும் தூங்கலே.

உச்சி ராத்திரி தாண்டவுமே, அவரவர் வீட்டு வாசல்களை, குமரிப் பெண்கள் அலங்கரிக்க துவங்கிவிட்டார்கள். பசுஞ்சாணி நீர் தெளித்து, கூட்டிப் பெருக்கி, கோலமிட்டார்கள்.

பத்தாம் நாள் திருவிழா அன்று, வீட்டுவாசலில் என்ன கோலமிடுவது என்பதை இரண்டு மூன்று நாட்களாக மனதுக்குள் போட்டு உருட்டியும் தீர்மானத்துக்குவர முடியாத குமரிகள், அடுத்த வீட்டு கோலங்களில் ஓரக் கண் பதித்திருந்தார்கள். கோலப் பொடி ஓசி கேட்கிற சாக்கில் ஒவ்வொரு வீடாய் ஊரெல்லாம் அலசி வந்தார்கள்.

ஊரைச் சுற்றிவரும் அத்தனை குமரிகளையும் நல்லாண்டி வீட்டுவாசல் கோலம், 'நறுக்'கென பிடித்து நிறுத்தியது. வாய் பிளந்து வேடிக்கை பார்த்தார்கள். குத்துக்கால் வைத்தமர்ந்து கோலமிடுபவளின் கைப்பொடி, நில ஓவியமாய் உயிர் துள்ள, கண்ணைப் பறித்துக்கொண்டிருந்தது. ஊர்க் குமரிகளெல்லாம் தன்னைச் சுற்றி நிற்பதை அறியாதவளாய், இடமும் வலமும் கண்ணளந்து, இளகிக் கொண்டிருந்தாள்.

நேற்று பொழுதுசாய ஊருக்குள் வந்த வெள்ளையம்மா கிழவி, இருபது வருடங்கள் கழித்துதான் வந்திருப்பதை எவரும் அறியாத

வகையில் நல்லாண்டியின் வீட்டுக்குள்ளேயே அடைபட்டிருந்தாள். பொட்டுத் தூக்கமின்றி உழன்றுகொண்டிருந்தவள், எழுந்து நடுப் பத்திக்கு வந்தாள். வாசலில் குமரிக் கூட்டத்தை கண்டதும் முழுதாய் முகம் காட்டாமல், கதவோரம் ஒதுங்கி நோட்டமிட்டாள்.

வாசலில் நிற்கும் எந்தப் பெண்ணும் வெள்ளையம்மாவுக்கு பரிச்சயப்பட்டவளாய் இல்லை. எல்லோருமே தான் ஊரைவிட்டுப்போனபின் பிறந்தவர்களாய் இருந்தார்கள். எல்லாக் கண்களும் கவிழ்ந்து மொய்க்கும் புள்ளியை பார்த்தாள்.

கொடி மலரில் அமர்ந்து தேன் உறிஞ்சும் வண்டுபோல், துறுதுறுத்த குமரி ஒருத்தி, வண்ணக் கோலமிட்டுக்கொண்டிருந்தாள். விரல் அசைவுக்கு ஏற்ப, கருவிழி ஊர்ந்துகொண்டிருந்தது. பேரன் முத்தரசன் ஓவியம் வரையும்பொழுதும் இப்படித்தான் விழிகளை ஓட்டுவான்.

'இந்த ஊருக்குள் இவள் யார்? அதுவும் நல்லாண்டி வீட்டு வாசலில்!'

யார் என உடனடியாக தெரிந்துகொள்ள வேண்டும்போல் இருந்தது. திரும்பி உள்வீட்டுக்குள் பார்த்தாள். கண்ணாடியாய் துலங்கும் வெண்கலப் பொங்கல் பானைக்கு கதம்ப பூச்சரத்தை சுற்றிக்கொண்டிருந்தாள் நல்லாண்டியின் மனைவி. அருகில் போனாள் வெள்ளையம்மா.

தன்னை நோக்கி வரும் வெள்ளையம்மாவை கண்டதும் மரியாதை குழைய, "ராத்திரி முழுக்க தாயி தூங்கலே! எங்க வீட்டுச் சௌகரியம் உங்களுக்கு பத்தாது," என்றாள் நல்லாண்டியின் மனைவி.

காதிலேயே வாங்கிக்கொள்ளாத வெள்ளையம்மா, நல்லாண்டி மனைவியின் தோளைத் தொட்டு, "அந்தப் பொண்ணு யாரு?" என வாசலைக் கை காட்டினாள்.

பூச்சுற்றிய பொங்கல் பானையை இரண்டு கைகளாலும் தூக்கியவாறே, ஆந்தி வாசலைப் பார்த்தாள் நல்லாண்டியின் மனைவி. குமரிக் கூட்டத்துக்குள் யாரைக் கேட்கிறாள் என புரியாதவளாய், "யாரைக் கேக்குறீக தாயி" என்றாள்.

"கோலம் போட்டுக்கிட்டு இருக்காளே... அந்தப் பொண்ணு", என்றாள்.

“என் மகள்தான் தாயி. பேரு... வனலட்சுமி. பட்டணத்திலே காலேஜிலே படிக்கிறாள். திருவிழாவுக்காக வந்திருக்கிறாள். கொஞ்சம் வாயாடி, ‘வாயாடி வனலட்சுமி’ன்னுதான் ஊரு சொல்லும்” என்றவள் பதறி, “ஏன் தாயீ... உங்களை இன்னாருன்னு தெரியாமல் ஏதும் பேசிட்டாளா?” என்றாள்.

“அதெல்லாம் ஒன்னுமில்லை. சும்மா கேட்டேன்” என்றவள், “சொந்தத்திலே யாரும் மாப்பிள்ளை இருக்கானா?” என்றாள்.

“மாப்பிள்ளைக்கா... பஞ்சம்? இப்போ கல்யாணத்துக்கு என்ன அவசரம் தாயீ? படிப்பு முடியணுமில்லே?” என்றபடி வாசலைப் பார்த்தாள்.

கோலத்தை இட்டு முடித்து எழுந்து நின்ற வனலட்சுமி, தன்னைச் சுற்றி ஊர்க்குமரிகள் எல்லாம் நிற்பதை இப்போதுதான் பார்ப்பவளாய், “ஏய்... என்னடீ... எல்லாரும் இங்கேவந்து நிக்கிறீக?” என்றாள்.

எழுந்து நின்ற வனலட்சுமியையும் காலடியில் விழுந்துகிடந்த வண்ணக் கோலத்தையும் மாறி மாறிப் பார்த்துக்கொண்டிருந்த குமரிகளில் ஒருத்தி, “ஏன்டீ... வாயாடி வனலெட்சுமி... உன் கையி பொடி மட்டும் எப்படிடீ... இப்பிடி கோலமாகுது?” என்றவள் சொல்லி வாய் மூடவில்லை.

“ம்... என் கையி கோலப்பொடி, இப்பிடியும் ஆகும்” என்றபடி, தன் கையிலிருந்த கோலப்பொடியை, சுற்றி நின்ற எல்லோர்மீதும் சிதறிவிட்டாள் வனலட்சுமி.

தலை, முகமெல்லாம் கோலப்பொடியில் குளித்த குமரிகள், கண்விழிக்க முடியாமல், தலையை உதறினார்கள்.

‘கெக்கே... கெக்கே’வென கைகொட்டிச் சிரித்த வனலட்சுமி, “இப்பிடியே வாங்கடி பிசாசுகளா! ஊரணியிலே விழுந்து ஒரு ஆட்டம் போடுவோம்” என்றாள்.

வீட்டுக்குள்ளிருந்து பார்த்துக்கொண்டிருந்த வெள்ளையம்மா கிழவியும் நல்லாண்டி மனைவியும் திகைத்துப்போய் நின்றார்கள்.

“இப்பிடிதான் தாயி... சின்னப்பிள்ளைமாதிரி சேட்டை பண்ணுவாள்.”

"ஒன்னும் தப்பில்லையே. கலங்கமில்லாத பொண்ணு!" என்றாள் வெள்ளையம்மா.

உறக்கமில்லாமல் அலைந்தார் கணக்குப்பிள்ளை ரத்னாபிஷேகம். மொத்தக் காரியங்களும் தன்தலைமேல் விழுந்ததாய் கருதினார். 'இந்த திருவிழாவை ஒருகுறையும் இல்லாமல் நல்லபடியாய் நடத்தி முடிச்சுட்டு, அரண்மனையில் இருந்து உத்தரவு வாங்கிக்கொள்ள வேண்டியதுதான்' என்கிற முடிவில் இருந்தார்.

'அரண்மனை உடையப்பன் நடவடிக்கை ஆண்டவனுக்கே பொறுக்காது. கோவில் திருவிழா சாட்டிட்டு, சகல கெட்ட காரியங்களும் அரண்மனைக்குள்ளே நடக்குது. சாமி கோபம் யாருமேலே சாடப் போகுதோ. உடனிருந்த பாவத்துக்கு, நம்மளும் பழி சுமக்கணும். வேண்டாம்.'

கோவில் வாசலில் நின்றவாறு தவசியாண்டியை எதிர்பார்த்திருந்தார். 'வருவானா... மாட்டானா?' என யோசனையில் இருந்த போதே, தவசியாண்டி கோவிலை நோக்கி வந்துகொண்டிருந்தான்.

"அப்பாடி... வந்துட்டான்டா!" கணக்குப்பிள்ளை எதிர்கொண்டு ஓடினார்.

இருளப்பசாமியின் கை அரிவாள், ஒளி வெள்ளத்தில் மின்னியது.

●

வைக்கோல் பிறி

25

இளவட்டங்களும் குமரிகளை போல் உறக்கமில்லாமல் அலைந்தார்கள். இரவு முழுக்க குமரிகளின் தூக்கத்தை கெடுத்தது... கோலப்பொடி. இளவட்டங்களுக்கு 'வைக்கோல் பிறி'.

பெருநாழி இருளப்பசாமிக்கு வகைவகையான நேர்த்திக் கடன்கள் உண்டு.

சாதாரண தலைவலி, காய்ச்சலுக்கு, 'ஒத்தப் பொங்கல்'. கனத்த நோவுக்கு, 'ரெட்டைப் பொங்கல்'. வெட்டுக்குத்துக் கேஸு விடுதலைக்கு, 'ஒத்தக் கிடாய்'. கொலைக் கேஸு விடுதலைக்கு, 'ரெட்டைக் கிடாய்'.

இதுபோக, செதறு தேங்காய் நேர்த்திக்கடன் ஒரு வகை. அவனவன் வேண்டுதலுக்கு ஏத்த மாதிரி, ஒரு மூடை தேங்காய், ரெண்டு மூடை தேங்காய் என செதறு தேங்காய் தூள் பறக்கும்.

இளவட்டங்கள், ஆலமரத்தை சுத்தி நின்னு, வசம் பார்த்து அடிக்கிற அடியிலே, தேங்காய்த் தண்ணீர், மரத்தையே குளிப்பாட்டும். செதறுகாயை உடைக்கிறது ஒரு சந்தோசம்; சிதறுகிற காய்களை, பாய்ந்து ஓடி பெறக்குறது அதைவிட சந்தோசம்.

மரத்திலே அடிபட்டும் உடைபடாமல் பறக்கிற முழுத் தேங்காயை தாவிப் பிடிக்கிறவன், வேடிக்கை

பார்க்கும் குமரிப் பொண்ணுக கண்ணுலே இறங்குவான். திருவிழாவோடு காதல் முளைக்கும். அதுக்கு பேரு, 'செதறுகாய்க் காதல்'.

லோட்டா, செதறுகாய் பெறக்கிறதிலே கில்லாடி. திருவிழா திருவிழாவுக்கு ரெண்டுமூட்டை காய் சேர்த்துருவான். மரத்தில் அடிபட்டு பறக்கிற காயை, தாவி பிடிப்பான்; உடைபடாமல் உருண்டு ஓடுகிற காயை, விரட்டி பிடிப்பான்.

தெறிச்சு வர்ற காயி, லோட்டாவின் மண்டையைப் பிளந்ததெல்லாம் உண்டு. செதறுகாய் பெறக்கிறதிலே எம்புட்டு சாகசம் காட்டியும் லோட்டாவுக்கு எந்தக் குமரியின் காதலும் லபிக்கலே. அவன் ராசி அப்பிடி. அதுக்காக அவன் கவலைபட்டதும் இல்லை. இதெல்லாம், பதினேழு வருசத்துக்கு முன்னாடி, லோட்டா விடலையா இருந்தபோது.

பதினேழு வருசம் கழிச்சு நடக்கிற இந்த திருவிழாவுக்கு, அரண்மனைக்கு வேண்டப்பட்ட பெரிய ஆளாயிட்டான் லோட்டா. தேங்காய் பெறக்க முடியாது. ஆனாலும் கை ஊறி திரியிறான்.

மற்ற எல்லா ஊர்ச் சாமிகளுக்கும் பொங்கல், கிடாய் வெட்டு, செதறு தேங்காய் நேர்த்திக் கடன் உண்டுதான். ஆனால் எந்தச் சாமிகளுக்கும் இல்லாத ஒரு நேர்த்திக்கடன் இந்த இருளப்பசாமிக்கு உண்டு. அது, 'வைக்கோல் பிறி' நேர்த்திக்கடன்.

இருளப்பசாமிக்கு திருவிழா சாட்டி, பந்தல் கால் ஊன்றி, காப்புக் கட்டியதிலிருந்து, ஊர் இளவட்டங்கள், பத்து நாள் கடுமையான விரதம் இருப்பார்கள்.

பத்தாம் நாள், உச்சத் திருவிழா. இறங்கு பொழுதில், நாலு ஜதை கொட்டு மேளத்தோடு நூற்றுக்கணக்கான பெண்கள் முளைப்பாரி தூக்கிவருவார்கள். முன்னே, வைக்கோல் பிறி ஆட்டம் போகும்.

விரதம் காத்த இளவட்டங்கள், கண் பார்க்ககூட சிறு இடைவெளி இல்லாமல், உள்ளங்கால் முதல் உச்சந்தலைவரை வைக்கோல் பிறி சுற்றி, கையில் வாளோடு ஆடிப் போவார்கள்.

வேல ராமமூர்த்தி

வாளுக்கு வாள், ஆக்ரோஷமான வெட்டு விழுகும். வெட்டுகிறவனுக்கும் கண் தெரியாது. வெட்டு வாங்குகிறவனுக்கும் கண்தெரியாது. எந்தப் பிறிக்குள் எவன் இருக்கிறான் என தெரியாமலே, ஒருவரை ஒருவர் வெட்டுவார்கள். விரதக் குறைபாடு உடையவன் வெட்டுப்படுவான்.

‘வைக்கோல் பிறி’ ஆட்டத்திலே வெட்டுப்பட்டு செத்தால், கொலைக் கேஸு கிடையாது. ‘சாமி காரியத்திலே குளிர்ந்துட்டான்’ என, ஊர் கூடி அடக்கம் பண்ணும். திருவிழாச் சாக்கில் முன் பகையை தீர்த்துக்கொள்ள நினைப்பவனை, ‘சாமி’ பார்த்துக்கொள்ளும்’ என்பார்கள். போன திருவிழாவிலே, நல்லாண்டியின் தம்பி வெட்டுப்பட்டு செத்தான். வெட்டுனவன், பிறி ஆட்டக் கூட்டத்துக்குள்ளே கலந்துட்டான். இன்னாருன்னு தெரியலே.

கையில் எடுத்து ஆடிவரும் வாள், அந்தந்த வீட்டுக்கு, ‘சாமி வாள்’. சாமி வாளை வேறு எந்தக் காரியத்துக்கும் கையில் எடுக்கக்கூடாது.

நேர்த்திக் கடன் வைத்திருக்கும் இளவட்டங்கள், விடிய விடிய தூக்கமில்லாமல், களத்து மேட்டில் பிறியை திரித்துக்கொண்டிருந்தார்கள். உடம்பெல்லாம் ‘சுணை’ புடுங்குது. அரிப்பான அரிப்பு! ஆனாலும் எவனும் சொரியலே. இப்பவே சொரிஞ்சா... நாளை என்னாகிறது? உடம்பெல்லாம் வைக்கோல் பிறி சுத்தி போகணுமே! ஆடுவானா? சொரிவானா? சுணைக்கு உடம்பை பழக்கணுமில்லே?

குடிசையின் கிழக்கு ஓரம் பாய் விரிப்பில், செவ்வந்தி, படுத்திருந்தாள். மாயழகி அமர்ந்து விழித்துக்கொண்டிருந்தாள். புதிதாய் வேயப்பட்ட குடிசையில் தனித்துப் படுத்திருந்த துரைசிங்கம், கண்மூடி உறங்காமலிருந்தான்.

கோவில் பூஜைக்கு தவசியாண்டி புறப்பட்டுப்போகும் முன், புதிய குடிசையில் கூடி, நாளைய காரியத்தை மூவரும் திட்டமிட்டார்கள். தாம் பேசிக்கொள்வது செவ்வந்திக்கு தெரியவேண்டாம் என மாயழகி சொல்லியிருந்தாள். தவசியாண்டி போனபின், துரைசிங்கத்திடம் மாயழகி மலாய் மொழி

யில்தான் பேசினாள். எந்தப் பேச்சிலும் ஒட்டாத செவ்வந்தி, எப்போதும்போல் வனஜீவனாய் தன்போக்கில் இருந்தாள்.

ஊருக்குள் நுழைந்ததும் ஒரு காரியம் முடியப்போகிற சந்தோசத்தில் மாயழகி இருந்தாலும் நெஞ்சோரம் ஏதோ ஒரு குத்தல் இருந்தது. ஊராரில் இன்னாரென எவரையும் அறியாதவன் துரைசிங்கம். பெருந் திருவிழா கூட்டத்துக்குள் நடக்கப்போகிற காரியம். முதல் குறி பிசகினால், எல்லாம் தலை கீழாகும். கோவிலுக்கு பூசாரியாய் தவசியாண்டியே போயிருப்பதுதான் தெம்பு தந்தது.

விடிய வெகுநேரமில்லை. ஆனாலும் தூக்கம் வரவில்லை. தோல் உரித்த சோத்துக் கற்றாலைப் பதத்தில் படுத்திருக்கும் செவ்வந்தியின் மேனி நெடுக கண் ஓட்டினாள். ஆப்பநாட்டில் இப்படி ஒரு அழகா!

விடிய விடிய, கமுதி முதலாளியை உடையப்பன் தூங்கவிடலே.

விடிந்தால், திருவிழா. ஊர்ச் சனமெல்லாம் பத்து நாளாக, கடு விரதம் காக்குது. உடையப்பன் அரண்மனையிலே எல்லாம் நேர்மாறு. அதிலும் கமுதி முதலாளியை விருந்தாளியாய் கண்டதும் பாட்டில், படுக்கை எல்லாம் தலைகீழாய் புரளுது. கூழு ஒருத்தன்தான் கூடவே இருந்து ரெண்டுபேரையும் சமாளிக்கிறான். உடையப்பன் உளறல் தாங்கலே.

"முதலாளி... நம்ம காலை சுத்துன பாம்பை, நாளை அடிச்சுக் கொல்றோம். அந்த சந்தோசத்தை கொண்டாடிட்டுத்தான் நீங்க ஊருக்கு போறீங்க."

உடையப்பன் தூக்கி வீசிய பாட்டில், சுவரில் மோதிச் சிதறியது.

●

கூடி வந்த இரை

26

ஊர்ச்சனம், கிழக்குப் பொழுதை விடிய விடவில்லை. இருளப்பசாமி கோவிலை நோக்கி, சன்னம் சன்னமாய் கிளம்பிபோய் கொண்டிருந்தது.

போகிற வழியில் முளைக்கொட்டுத் திண்ணை. நாலு கல்தூணில் நிற்கும் ஓட்டுக் கொட்டகை. மையத்தில் மூன்று அடுக்கு கும்பம். கும்பத்தைச் சுற்றி, ஊர்க் குமரிகள் வளர்த்த முளைப்பாரிகள். நாராயணத்தேவர் வீட்டு சனிமூலை இருட்டில் வளர்ந்த இந்த வருசப் பாரி, வஞ்சகமில்லாத வளர்த்தி. குமரிகளின் இடுப்புக்கு மேல் உயர வளர்த்தி. தலையில் தூக்கிவைத்து ஊர் சுற்றி வருபவளின் கழுத்து வலித்துப்போகும்.

முளைக்கொட்டுத் திண்ணையைக் கடந்துபோகும் சனம், கும்பத்து முளைப்பாரிகளை கண்டதும் கைகூப்பி வணங்கி, “ஊரைப் பிடிச்ச பீடை விலகணும் தாயீ” என, கன்னத்தில் போட்டுக்கொண்டு கண்மாய் பாதையில் நடந்தது.

கரை இறக்கத்தில் கோவில். பதினேழு வருசத்துக்கு பிந்தி பிறந்த விடலைகளும் சிறுவர்களும் இருளப்பசாமி கோவிலை இத்தனை அலங்காரத்தோடு பார்த்ததில்லை.

புது டவுசர், சட்டை போட்டிருக்கும் உற்சாகத்தில், சிறுவர்கள், வீட்டிற்கும் கோவிலுக்கும் கால் ஓயாமல் ஓடித் திரிந்தார்கள்.

வெட்டுக் கிடாய்களின் கொம்புகளில் பூ சுற்றி, இளவட்டங்கள் கோவிலுக்கு அழைத்துக்கொண்டு போனார்கள். பாலாட்டம் புல்லையும் பச்சை செடி கொடிகளையும் தின்று கொழுப்பேறி வளர்ந்த கிடாய்கள், வெட்டுப்படப்போவது தெரியாமல், போருக்குபோகிற தோரணையில், கொம்புத் தலைதூக்கி, யுத்தக் கள நடைபோட்டு போயின.

பட்டுப் பாவாடை தாவணியில் மினுங்கும் குமரிகளை முன்னே நடக்கவிட்டுக் கண்ணழகு பார்த்தபடி, பெரிய பொம்பளைகள் நடந்தார்கள்.

நல்லாண்டி வீட்டுக்கு வெள்ளையம்மா கிழவி வந்திருக்கும் செய்தி, நேற்று இரவே ஊருக்குள் கசிந்திருந்தது. அரண்மனைக்கு மட்டும் சேதி எட்டலே. பெருநாழி பெருசுகளின் நினைவில் மட்டும் கிழவி இருந்தாள். இளந்தாரிகளுக்கு கிழவியை இன்னாருன்னே தெரியலே.

ஊருக்கு கடைசி வீடாய் நல்லாண்டி குடும்பம் கோவிலுக்கு கிளம்பியது. பொங்கல், பூஜை சாமான்களை தலைச் சுமையாய் சுமந்துபோகிற சாக்கில், வெள்ளையம்மா கிழவியைஊடேவிட்டு, மறைத்துக்கொண்டு நடந்துபோனார்கள்.

கோவில் வாசலில் நின்ற கணக்குப்பிள்ளை ரத்னாபிஷேகம், வெள்ளையம்மா கிழவியை எதிர்கொண்டு ஓடி வந்து, “வாங்க தாயீ... வாங்க.. வாங்க...” தலைக்குமேல் கும்பிட்டபடி அழைத்துப்போனார்.

கோவில் பூசாரி தவசியாண்டி, இருளப்பசாமியை அலங்காரப்படுத்தியிருந்தான். சாமியின் இடுப்பைச் சுற்றி சிவப்பு வண்ணச் சிற்றாடையும் இடது தோளை வளைத்து, குறுக்கு வசமாய் பச்சை வண்ணச் சிற்றாடையும் உடுத்தி விட்டிருந்தான். சாமியையும் சிம்ம வாகனத்தையும் சந்தனம், குங்குமத் திலகங்களால் நிறைத்திருந்தான். கழுத்தில் இருந்து கால் மறைத்து மலர் மாலைகள். உச்சிக்கொண்டையில் பூச்சுற்று.

ரத்னாபிஷேகம் பிள்ளை அழைத்துப்போய் சாமிக்கு முன் நிறுத்திய வெள்ளையம்மா கிழவி, கோவில் பூசாரியாய் தவசியாண்டியை கண்டதும் அதிர்ச்சியுற்றாள். ‘இவன் இன்னமுமா... உயிரோடு இருக்கிறான்!’ என்கிற நினைவோட்டத்தில் சாமியை பார்த்தாள்.

வெள்ளையம்மாவைக் கண்ட தவசியாண்டி, நொடி நேரம் துணுக்குற்று, தீபாராதனை தட்டை தன் முகத்துக்கு நேராக உயர்த்தி, “வாங்க தாயீ” என்றான்.

தவசியாண்டியை நேருக்கு நேர் பார்ப்பதை தவிர்த்த வெள்ளையம்மா, கற்பூர நெருப்பை கைகுவித்து வணங்கி கண்களில் ஒற்றிக்கொண்டாள்.

இருவரின் முகக் குறிப்புகளை கண்ணளந்த ரத்னாபிஷேகம் பிள்ளை, கூட்டத்தை விலக்கி, பாதை நோக்கி ஓடினார்.

கூட்டம் முணுமுணுத்தது, “அரண்மனை வர்றாரு.” உடையப்பனும் கமுதி முதலாளியும் அரண்மனை ஆட்கள் புடைசூழ வந்துகொண்டிருந்தார்கள்.

திரும்பி, பாதையில் கண் ஓட்டிய வெள்ளையம்மா, உடையப்பனைக் கண்டதும் மெல்ல நகர்ந்து, ஆலமரத்துப் பக்கம் ஒதுங்கி மறைந்தாள்.

இருளப்பனுக்கு அருகில் நின்ற தவசியாண்டி, கை நிறைய கற்பூரத்தை அள்ளிப்போட்டு, ஆராதனைத் தட்டில் பெரு நெருப்பை எரியவிட்டான்.

ஒரே வெட்டில் கிடாய்த் தலையை உருட்டும் காவல்க்காரத் திருமால் தேவரின் கை அரிவாள், ரத்தப் பசியோடு மினுங்கியது.

கோவில் புறப்பாட்டுக்கு ஆயத்தமாகிகொண்டிருந்த செவ்வந்தியின் பின்னால் நின்று, கண்கொட்டாமல் பார்த்துக்கொண்டிருந்தாள் மாயழகி. நேற்று குடிசைக்கு வந்ததிலிருந்து ஒரு வார்த்தைகூட பேசாதவள் செவ்வந்தி. ஆனாலும் மாயழகியின் நினைவோரம் ரீங்காரம் இட்டுக்கொண்டே இருந்தாள்.

தன்னை மாயழகி பார்த்துக்கொண்டிருப்பதை பிடறி கண்ணால் பார்த்துவிட்ட செவ்வந்தி, நெருங்கிவந்தாள். “கோவிலுக்குப் போகலாமா?” என்றாள்.

பதிலேதும் சொல்லாதவள், எதிர் குடிசையை பார்த்தாள். திரிக்கப்பட்ட ‘வைக்கோல் பிரி’யை வண்டியில் ஏற்றிக்கொண்டிருந்தான் துரைசிங்கம்.

"துரைசிங்கம்... கிளம்பலாமா?" இங்கிருந்தே கேட்டாள் மாயழகி.

"ம்..." தலையை ஆட்டினான் துரைசிங்கம்.

கூட்டு வண்டிக்குள் மாயழகியும் செவ்வந்தியும் ஏறி அமர்ந்தார்கள். கதவு இல்லாத குடிசைகளை காட்டில் விட்டுவிட்டு வண்டியை கிளப்பினான் துரைசிங்கம்.

வைக்கோல் பிரிக்குள் மறைந்திருக்கும் ஆயுதங்கள், வண்டி ஓட்டத்தில் நழுவி விழுந்துவிடாமல் கை அணைத்தபடி பெருநாழி நோக்கி ஓட்டிப்போனான்.

விபரம் தெரிந்த நாளிலிருந்து வெளி உலகம் கண்டிராத செவ்வந்தி, உற்சாகமாய் அமர்ந்துவந்தாள்.

வெறிச்சோடிக் கிடந்த ஊருக்குள் முத்தரசனின் கார் நுழைந்தது.

பாட்டியை ரயிலேற்றி விட்ட திலிருந்து தனிமையில் தவித்தவன், 'லண்டன் பயணத்துக்குமுன் ஊரைத்தான் பார்த்து வருவோமே' என்கிற திடீர் முடிவில் கிளம்பி வந்துவிட்டான்.

'கணக்குப்பிள்ளை வீடு இதுதான்' எனக் கை காட்ட, யாரையும் காணோம். பொத்தாம் பொதுவாய் ஒரு இடத்தில் காரை நிறுத்தி இறங்கியவன், கண்களை அலையவிட்டான். தெருவெங்கும் தோரணங்களும் வாசல் கோலங்களுமாய் திருவிழாக் களைகட்டி இருந்தது ஊர்.

'நல்ல ஊராக இருக்கிறதே!' நடந்தான். எதிரே ஒரு கூட்டு வண்டி வந்து கொண்டிருந்தது. கைகாட்டி நிறுத்தினான். வண்டி ஓட்டி வந்த ஊமையன் துரைசிங்கத்திடம், "இங்கே... கணக்குப்பிள்ளை வீடு எது?" என்றான்.

வண்டித் திரை நீக்கி முத்தரசனை மாயழகி பார்த்தாள். திரைக்குள் இருந்த செவ்வந்தியை முத்தரசன் பார்த்தான்.

தன் இரை இவன்தான் என அறியாத துரைசிங்கம், காளைகளை விலக்கி, கண்மாய் பாதையில் செலுத்தினான்.

வேல ராமமூர்த்தி

இறுதி ஆட்டம்

27

இருளப்பசாமியின் கர்ப்பக்ரஹ மூட்டப் புகையில் அருளேற்றிக் கொண்டிருந்தான் தவசியாண்டி.

இருளப்பனுக்கு கோபம் கொம்பேறி போயிருந்தது. எத்தனை பலி கொண்டாலும் அடங்காத கோபம். மூடியிருந்த கண்கள் திறந்து செங்கங்காய் தகித்தன. ஓங்கிய கை அரிவாளில் முளைத்த மூன்றாம் கண், எட்டுத் திக்கும் இரைதேடிச் சுழன்றது. வெட்டுக் கிடாய்களின் ரத்தத்தோடு வேறு ரத்தத்தையும் குடம் குடமாய் குடிக்க, நாக்கு முழம் நீண்டது.

எதிரே நிற்கும் எவர் கண்ணுக்கும் புலப்படாமல், தவசியாண்டியின் காதோரம் பேசினார் இருளப்பசாமி.

“பசிக்குதுடா தவசி. பதினேழு வருசப் பசி!”

“காவு தர்றேன்... காவு தர்றேன்... இருளப்பன் மனங்குளிர காவு தர்றேன்.” தவசியாண்டியின் கண் ஓடிய திசையில் அரண்மனை உடையப்பன் வந்துகொண்டிருந்தான்.

கோவில் சனம் விலகி வழிவிட்டு நின்றது. தனக்காக விரிந்த பாதையில் கமுதி முதலாளியை முன் தள்ளிநடந்தான் உடையப்பன்.

ஆலமரத்தோரம் மறைந்து நின்ற வெள்ளையம்மா கிழவி, உடையப்பனின் பிடரியில் கண் பதித்திருந்தாள். உடையப்பனுடன் வந்த பரிவாரங்கள், புடைசூழ நின்றார்கள்.

குலசாமியை சேவிக்க கரம் குவித்ததும் உடையப்பனுக்கு வியர்த்தது. உள்ளே இருளப்பன் நிற்கவேண்டிய இடத்தில் தவசியாண்டி நின்றான். குருதிசொட்ட சொட்ட, நீளும் நாக்கோடு நின்றான்.

கண்களில் பூச்சி பறக்க, சனக் கூட்டத்தை பார்த்தான் உடையப்பன்.

“அய்யா... இருளப்பா!” ஆயிரக்கணக்காய் உயர்ந்து குவிந்த கரகோஷங்களின் கண்களுக்கு குலசாமியே தெரிந்தான்.

“அய்யா... இருளப்பா!” உடையப்பனின் கண்களுக்கு தவசியாண்டியே தெரிந்தான். இடது கை வாக்கில் நின்ற கமுதி முதலாளியின் தோளை ஆதரவாய் தொட்டு நிலைகொண்டான்.

கண்மாய் பாதையில் கூட்டு வண்டி வந்துகொண்டிருந்தது. செண்பகத்தோப்பில் இருந்து வாயில் நுரை தள்ள துரைசிங்கம் ஓட்டி வந்த காளைகள், சீராய் நடை போட்டுவந்தன. வண்டிக்குள்ளிருக்கும் மாயழகி முன் திரைச்சீலையை கை அகலத்துக்கு விலக்கி, திருவிழாச் சனத்தை நோட்டமிட்டாள்.

வைக்கோல் பிரிக்குள் ஒளிந்திருக்கும் ஆயுத உருப்படிகள், அலுங்காமல் வந்தன.

காட்டுப் பூ செவ்வந்தியின் கண்ணில்படும் தெரு, வீடு, வாசல், முளைக்கொட்டுத் திண்ணை, முளைப்பாரி எல்லாம் அருங்காட்சியாய் விரிந்தன.

திசை சொல்ல ஆள் இல்லாத ஊருக்குள் காரை நிறுத்திவிட்டு, திருவிழா இரைச்சலை குறிவைத்து கண்மாய் பாதையில் நடந்து வந்தான் முத்தரசன்.

புற்றுக்குள் இருந்து தலை நீட்டும் செந்நாகம்போல், ஆலமர மறைப்பில் இருந்து ஊர்ந்துகொண்டிருந்த வெள்ளையம்மா கிழவியின் கண்ணில் கூட்டு வண்டி பட்டது. அடிவயிறு பிசைந்தது.

'இது, ரணசிங்கம் ஓட்டித்திரிந்த கூட்டு வண்டி. வண்டியை ஓட்டி வர்றவன், தாடி முடி வச்ச சின்ன வயசு ரணசிங்கம்மாதிரி தெரியிறான். வண்டிக்குள்ளே யாரு?" புலப்படாமல் கழுத்து நீட்டி கண்காணித்தாள்.

வந்த வண்டி, கூட்டத்துக்குள் நுழையாமல், மேற்கே கூடி கோவிலுக்குப் பின்புறம்போய் நின்றது.

'நல்ல அறிகுறியா தெரியலே. ஏதோ பெருசா விபரீதம் நடக்கப்போகுது.' நிலை கொள்ளாமல் திரும்பியவளின் கண் எதிரே பேரன் முத்தரசன் நடந்து வந்துகொண்டிருந்தான். கிழவிக்கு மூச்சு இரைத்தது.

'இவன் ஏன் இங்கே வந்தான்?' தடுமாறி நடந்தாள்.

உக்கிர பூஜையை துவக்கி இருந்தான் தவசியாண்டி.

சனம், பரவசத்தில் கத்தியது. "அய்யா... இருளப்பா! சாமி அய்யா!"

ரெட்டைக் கல் தூணில் தொங்கும் நேர்த்திக் கடன் வெண்கல மணிகளை, சிறுவர்கள் போட்டிபோட்டு ஆட்டி, பேரோசை எழுப்பினார்கள்.

இளவட்டங்கள் 'வைக்கோல் பிரி' ஆட்டத்துக்கு ஆயத்தமாகி கொண்டிருந்தார்கள்.

கொம்புப் பூ சுற்றிய வெட்டுக் கிடாய்கள், வளர்ந்த திமிர் அடங்காமல் சிலுப்பிக்கொண்டு நின்றன. காவல்க்காரத் திருமால் தேவரின் கை அரிவாள், கிடாய்களுக்கு நேர்முகம் திருப்பி வெள்ளிப் பளபளப்பில் மினுங்கியது.

தலைக் கிறுகிறுப்பை சமாளித்து கண் திறந்த உடையப்பன், கர்ப்பக்ரஹத்துக்குள் பார்த்தான். இருளாண்டி நின்றார். தவசியாண்டியைக் காணோம்.

ஆலமரத்தைச் சுற்றி, நேர்த்திக் கடன் செதறு தேங்காய்கள் குவிந்திருந்தன. உடைத்துச் சிதறடிக்க, அவரவர் குவியலுக்கு முன் இளவட்டங்கள் நின்றார்கள்.

பொங்கலிட்டு இறக்கிய பானைகளின் கழுத்தைச் சுற்றிக் கட்டப்பட்டிருந்த மாவிலைகளும் மஞ்சள் கிழங்குச் செடிகளும் அனலில் வாடிப் போயிருந்தன.

ஐஸ் வண்டிக்காரனை சிறுவர்கள் மொய்த்தார்கள்.

இறங்காமல் கூட்டு வண்டிக்குள்ளேயே அமர்ந்திருந்தாள் மாயழகி.

வைக்கோல் பிரிக்குள் நுழைந்திருந்தான் துரைசிங்கம்.

வண்டியைவிட்டு இறங்கி தனியே நின்றாள் செவ்வந்தி.

தனியே வந்துகொண்டிருந்த முத்தரசன், தனியே நின்ற செவ்வந்தியை பார்த்தான். அரைபாதி பார்த்த செவ்வந்தி, மலங்க விழித்தாள். இமைகள் படபடக்க மறுபடியும் பார்த்தாள். முத்தரசன் பார்த்துக்கொண்டே வந்தான்.

"அடேய்... முத்தரசா..." ஓட்டமும் நடையுமாக பதறி வந்தாள் வெள்ளையம்மா கிழவி.

"நீ ஏன்டா... இங்கே வந்தே?"

"ஏன் பாட்டி? நான் வரக் கூடாதா? நீதானே சொல்லுவே... நம்ம ஊரு நம்ம ஊருன்னு?"

முத்தரசனின் இரண்டு தோள்களையும் பிடித்து திருப்பினாள். "வேண்டாம்... நீ அப்படியே திரும்பி போயிரு. இங்கே என்னமோ நடக்கப் போகுது!" தள்ளினாள்.

கோவிலுக்கு பின்புறம் நின்ற கூட்டு வண்டித் திரை விலகியது.

மாயழகி இறங்கினாள்.

வைக்கோல் பிரிக்குள் நின்ற துரைசிங்கத்துக்கு கூட்டத்துப் பக்கம் விரல் நீட்டி ஆள் காட்டினாள்.

தவசியாண்டியின் கோடாங்கிச் சப்தம் கிளம்பியது.

'டுண்... டுண்... டுண்ண்... டுண்... டுண்... டுண்ண்...'

கோவில் மணிச் சப்தம் கணகணத்தது.

வேல ராமமூர்த்தி | 117

'வைக்கோல் பிறி' ஆட்டம் துவங்கியது. ஆலமரத்துப் பட்சிகள் கூச்சலிட்டுப் பறந்தன.

'பிறி' ஆட்ட இளவட்டங்களுக்குள் துரைசிங்கம் கலந்தான்.

செதறுகாய்கள் ஆலமரத்தை நொறுக்கிச் சிதறின.

"அய்யா... இருளப்பா! சாமி... அய்யா!" சனம், கத்தியது.

வைக்கோல் பிறி ஆயுதங்கள் மோதின.

கிடாய்கள் வெட்டுப்பட்டன.

வரிசையாய் வெட்டுப்பட்டுச் சரிந்த கிடாய்த் தலைகளுக்குள் உடையப்பன் தலை கிடந்தது. வைக்கோல் பிறி சுற்றிய ஒருவன் சுழற்றி எறிந்த வளரி, ஊரைப் பார்த்து ஓடிக்கொண்டிருந்த கழுதி முதலாளியின் கழுத்தைக் குறிவைத்துப் போனது.

●

ஆசிரியரின் பிற நூல்கள்

1. குற்றப்பரம்பரை — 450.00
2. பட்டத்துயானை — 380.00
3. வேலராமமூர்த்தியின் கதைகள் — 300.00
4. அரியநாச்சி — 160.00
5. வேலராமமூர்த்தி தேர்ந்தெடுத்த சிறுகதைகள் — 150.00